TRẦN VẤN LỆ

thời gian đi qua mười ngón tay

NHÀ XUẤT BẢN NHÂN ẢNH
2026

TRẦN VẤN LỆ

thời gian đi qua mười ngón tay

Biên tập & đọc bản thảo: Nguyễn Thiên Nga
Bìa & dàn trang: Lê Nguyễn Minh Quân
Nhân Ảnh xuất bản năm **2026**
ISBN:

Thay Lời Tựa

Chúng ta đang ở những ngày cuối cùng của năm 2025. Một năm với biết bao nỗi buồn nhiều hơn niềm vui.

Đọc lại bản thảo tập thơ mới của thi sĩ Trần Vấn Lệ với 150 bài thơ được tuyển chọn từ hơn 400 bài thơ trong năm 2025, tôi ngẩn ngơ khi bắt gặp những suy tư, chiêm nghiệm của ông về thời gian. Đó là một ngày, một chiều, một thời điểm giao mùa hay thời khắc chuyển mình của vạn vật... Thời gian được nhắc đến một cách hiển nhiên, tình cờ hay từ một gợi nhớ xa xôi đều thật duyên dáng, ý nhị và rất Đời.

Tôi dừng lại khá lâu ở bài thơ có tựa đề hơi dài nhưng gợi nhiều nỗi niềm sâu xa.

Một Năm, Hai Năm,... Rồi Có Thấy
Thời Gian Đi Qua Mười Ngón Tay.

Bài thơ không lên gân, không phô diễn kỹ thuật; chỉ cần một buổi sớm, một khung cửa gương, một cơn gió heo hút... là đủ để khơi dậy cả một khoảng trời ký ức. Đọc bài thơ, ta như nghe một dòng độc thoại của người xa xứ, nhẹ nhưng sâu, mỏng mà đau, như gió thoảng mà lại chạm đến tận sâu trong lòng người đọc.

> *"Sáng dậy, nhìn ra ngoài cửa gương: Bão tan, nắng có, mờ mờ sương... Tháng Ba ở Los đang mùa Hạ, bão tố đôi khi – chuyện rất thường."*

Ngay từ những câu đầu, hình ảnh *"bão tan, nắng có, mờ mờ sương"* đã mở ra cả một thế giới của tâm trạng. Đó không chỉ là cảnh Los Angeles sau cơn bão, mà còn là khuôn mặt của một người đã đi qua nhiều biến động. Trong khung cửa kính lạnh, tác giả lặng lẽ nhìn sự bình yên của thiên nhiên để soi rọi lại nỗi bấp bênh trong lòng mình. Tháng Ba *"đang mùa Hạ"* – cái lệch của thời tiết như bóng dáng của chính đời người tha hương: không trọn vẹn, không đúng chỗ, không đúng mùa.

Bước ra vườn, nhìn mấy nụ hoa chào bình minh, tác giả chợt hỏi: *"Tôi chào ai nhỉ? Em xa lắm."* Câu hỏi nhẹ như gió mà chạm thẳng vào nỗi cô đơn thẳm sâu nhất. Người thương ở nửa vòng trái đất, nơi *"Đêm Việt Nam"*, còn mình thì lạc lõng trong nắng sớm xứ người. Sự lệch pha giữa hai nửa bán cầu chính là khoảng cách của những tâm hồn không thể gặp nhau. Có những cái *"xa lắm"* không đo được bằng cây số, chỉ đo bằng nỗi nhớ.

Ký ức không thể phai nhòa: *"Bao năm đã qua như thể những giấc chiêm bao rất hãi hùng..."*. Bởi cuộc đời đã đi qua không phải là giấc mơ lành của một cánh buồm nâu tung gió, mà là những năm tháng mất mát và lặng lẽ chịu đựng. Người đọc cảm được cái thở dài ẩn sâu trong câu chữ – một nỗi đau không còn sắc nhọn mà đã trở thành âm ỉ.

Trong giây phút ấy, lời Phật *"Hồi Đầu Thị Ngạn"* xuất hiện như một chiếc phao tinh thần. Nhắc đến lời Phật, tác giả như đi tìm một bến bờ tâm linh, một điểm tựa cho tâm hồn mỏi mệt. Nhưng quê hương – bến bờ ấy – giờ chỉ còn như bóng trăng thu xa xăm: có đó, sáng đó, nhưng với tay chẳng tới. Mọi yêu dấu đều trở thành thứ ánh sáng mờ nhạt: mong manh, trôi nổi, bất khả nắm bắt.

Một Năm, Hai Năm,... Rồi Có Thấy
Thời Gian Đi Qua Mười Ngón Tay.

"Một năm, hai năm..." là nhịp đếm lặng lẽ, như tiếng gõ vào khoảng trống của đời người. Dấu ba chấm kéo dài cảm giác bất tận của những năm tháng trôi đi. Người lữ khách không chỉ sống xa quê – mà còn chứng kiến chính mình già đi, chứng kiến thời gian rơi xuống từng kẽ tay mà không thể níu giữ.

Cách đếm *"một năm, hai năm..."* giản đơn mà đau, như người đếm những hạt bụi của tuổi già rơi xuống. Thời gian không trôi trên lịch – nó trôi ngay trên chính đôi tay mình, giữa khe hở của đời người. *"Mười ngón tay"* là tuổi trẻ, là sức lực, là những điều ta từng nắm. Giờ thời gian đi qua đó, lặng lẽ, không lời báo trước.

Hình ảnh *"thời gian đi qua mười ngón tay"* vừa cụ thể, vừa mang tính tượng trưng sâu sắc: thời gian như cát, như gió, như nước – lặng lẽ trôi khỏi đời người. Đôi bàn tay từng xây dựng, từng lao động, từng nắm giữ tuổi trẻ giờ chỉ còn là dấu mốc để cảm nhận sự hụt hơi của năm tháng. Hai câu thơ ngay trong tựa đề đã là tiếng thở dài vừa ngậm ngùi, vừa thức tỉnh: *bao năm xa xứ, bao năm trôi đi, rồi chính mình có nhận ra những gì đã mất(?)*

Tất cả thật giản dị nhưng khiến ta nghẹn: thời gian không bao giờ chờ ai, nhất là những ai tha hương. Nó đi nhanh hơn, sâu hơn, nặng hơn.

Khi trở lại với thực tại, tác giả lại bắt gặp *"hiu hắt gió"*, *"ngọn cỏ gió đùa đi"*, hay đôi mắt *"bỗng nhòe"* đều gợi một nỗi cô đơn không lời. Ngay cả ký ức thuở *"trai trẻ... đứng ngó mênh mông một bến đò"* cũng trở nên xa vời, mờ nhạt như thể bị mài mòn theo năm tháng sống nơi đất khách. Tác giả nói *"Không lẽ nhớ quê?... Không mà!"* – một lời phủ nhận nhưng chứa đầy nghẹn ngào. Đó là cách một người đau quá phải giả vờ không đau.

"Sáng nào tôi cũng ngó bao la..." – đó là điều đẹp nhất. Một trái tim đã quá nhiều tổn thương vẫn ráng tìm một ánh sáng nhỏ để bước tiếp. Dù *"trời mưa phất phơ"*, dù gió hiu hắt, tác giả vẫn nhìn, vẫn sống, vẫn hy vọng và vẫn... làm thơ. Để rồi, thi tập ***Thời Gian Đi Qua Mười Ngón Tay*** – tập thơ thứ "n"

đã tiếp tục ra đời.

Những bài thơ xuất hiện trong thi tập này như bao làn khói mỏng len vào lòng người đọc. Không bi lụy, không kêu than mà buồn theo kiểu trưởng thành: nén lại, chậm rãi, và lặng thinh. Nỗi nhớ quê hương, nỗi tiếc nuối tuổi trẻ, nỗi cô đơn của lữ khách đều hiện lên qua những hình ảnh rất nhẹ, rất đời.

"Khi Bạn Nâng Niu Tờ Lịch Mới/ Chúng Ta Nghĩ Đến Nắng Ban Chiều". Bạn đọc bài thơ này sẽ thấy ngay, thi sĩ đã đặt độc giả vào sự giao thoa giữa thời gian và cảm giác. Một tờ lịch-vật vô tri-bỗng trở thành chiếc cầu nối giữa hôm nay và ký ức, giữa sự hiện hữu và dòng chảy miên man của đời sống. Nắng ban chiều không chỉ là ánh sáng, mà còn là dư vị của ngày, là màu phai của thời gian, là thứ khiến người ta ngoảnh lại và chợt thấy lòng mình mềm đi, đôi khi quặn thắt.

Bước chân thời gian dừng ở ***"Đầu Tháng Ba, Đường Hoa Nào Cũng Nở"***; vài dặm đường rồi ***"Anh Xuống Ngựa Cúi Chào Em Bình Minh Mùa Hạ"*** và cùng nhau ngắm con sông cứ chảy cùng năm tháng; hay cả sự chờ đợi ngọt ngào *"Còn hơn tháng nữa thôi là mùa Phượng Tím Nở. Em đi hay em ở? Em nói nhỏ, anh nghe!"*...

Rất nhiều khi, nhà thơ mơ màng ***Một Ngày Trong Hai Cõi***. Vẫn những câu độc thoại ngơ ngớ ngẩn mà rất dễ thương *"Lát nữa là Hôm Nay. Lát nữa là Buổi Sáng. Lát nữa trời tang tảng, là bình minh, phải không?"*...

Thảng hoặc, gặp những câu thơ: *"Đường đi nào... cũng tới / là con đường Thời Gian! / Đại lộ đó thênh thang, mình choàng vai là chật..."*. Một triết lý giản dị mà sâu sắc, gợi mở một suy ngẫm rộng lớn về hành trình của con người trong cuộc sống. Dẫu ta chọn con đường nào (hoặc không được phép chọn), dẫu lối đi bằng phẳng hay gập ghềnh, cuối cùng tất cả đều hòa vào dòng chảy mênh mang của thời gian. Thời gian được hình dung như một "đại lộ" rộng lớn, nơi mọi bước chân đều gặp nhau. Ẩn sau đó là lời tự nhắc nhẹ nhàng: hãy sống trọn từng khoảnh khắc, bởi thời gian không ngừng trôi nhưng mỗi bước đi vẫn mang trong mình ý nghĩa riêng.

Nhiều khi ta gặp dòng cảm xúc nhẹ tênh mà thấm thía về nhịp sống và những xao động rất người: *"Ngày lại ngày... cứ vậy / mà trôi qua thản nhiên/ Chữ nghĩa nhiều khi phiền... nhiều khi mặc kệ nó!"*. Thời gian cứ trôi chậm rãi, đều đặn, dường như chẳng vì ai mà vội vã. Trước vòng quay lạnh lùng đó, con người đôi khi chỉ biết đứng nhìn, để mặc đời chảy qua mình một cách tự nhiên. Cái "thản nhiên" ấy vừa là sự chấp nhận, vừa phảng phất nét buồn lặng: biết là thời gian trôi đấy, nhưng ta không níu nó được...

***

Có thể nói, những bài thơ về thời gian, sự chiêm nghiệm, nỗi suy tư về thời gian chính là linh hồn của cả tập thơ mới này của thi sĩ Trần Vấn Lệ.

Hình ảnh "thời gian đi qua mười ngón tay" gợi lên một nỗi buồn rất nhẹ, rất mỏng, như một làn gió chỉ vừa chạm mà lòng đã rung. Thời gian vốn vô hình, nhưng khi được ví như những hạt cát mịn hay những giọt nước trong veo trượt qua kẽ tay, nó bỗng trở nên hữu hình đến lạ: ta cảm nhận được nó, thấy nó, nhưng lại không sao giữ được.

Cảm giác ấy khiến con người chợt lặng im, như đang nhìn một điều quý giá rời khỏi mình bằng sự êm ái đến đau lòng; hay đó còn là tiếng thở dài của con người khi nhận ra mình đã bỏ lỡ điều gì đó trong đời.

"Thời gian đi qua mười ngón tay" như sương tan trên đầu ngọn cỏ — chạm được nhưng không giữ được. Những buổi chiều vàng phai, những sớm nắng đọng trên tóc, những giấc mơ chưa kịp gọi tên... đều lặng lẽ rơi xuống đời người nhẹ như một cánh hoa, để lại hương mà không để lại hình. Và ta, trong khoảnh khắc ngước nhìn, chỉ biết mỉm cười với những gì đã kịp đi qua tim trước khi kịp rơi khỏi tay mình.

Có lẽ đó cũng là lời nhắn nhủ rằng: đời người ngắn lắm, thời gian trôi nhanh lắm – nó đi qua mười ngón tay, nhưng điều đẹp đẽ nhất của đời người vẫn là những gì trái tim chọn giữ.

Thi tập ***Thời Gian Đi Qua Mười Ngón Tay*** của thi sĩ Trần Vấn Lệ được biên tập và xuất bản khi thời gian vừa kịp khép lại cánh cửa năm cũ 2025 và mở đón chào năm mới 2026.

Thi sĩ sinh năm Nhâm Ngọ – cầm tinh con ngựa. Năm nay Bính Ngọ, tôi cùng nhiều độc giả trân quý thơ của ông cầu mong ông thật nhiều sức khỏe và bình an!

Dalat, những ngày cuối tháng 12/2025
Nguyễn Thiên Nga

Tranh: MQ, "Nhòe"

Đầu Tháng Ba Đường Hoa Nào Cũng Nở

Đầu tháng Ba... đường hoa nào cũng nở! Mùa Xuân về... đẹp lắm Tháng Ba ơi! Tháng hồn nhiên trên gương mặt mỗi người, sẽ sắp tới Tiết Thanh Minh: Đạp Cỏ! (*). Thơ Nguyễn Du không ai là không nhớ: Nước Non Mình có ngày Lễ Đầu Năm... Nước Non mình, con cháu dẫu xa xăm... thì đi tảo mộ cho bà con vui vẻ!

Tôi đang nói chuyện đây với những con chim Sẻ, với bầy Bồ Câu, với ánh nắng Bình Minh! Trịnh Công Sơn từng thấy đá trở mình, từng biết trước có Kiếp Sau yêu quý! Tôi làm thơ, rất buồn Hai Thế Kỷ, chỉ Năm Mươi Năm mà nước mắt chan hòa... (**). Tôi hôn cháu tôi, tôi chỉ nó Chân Trời Xa: Quê Hương đó! Quê Hương mình đó...

Trời có chân... Trời đi từng bước nhỏ. Người có lòng mà tại biển bao la. Ai làm người mà không Mẹ không Cha? Ai cũng có Ông Bà... mỗi Tết về đều thắp nhang nhìn khói! Ôi mùa Xuân đang về xanh cỏ nội! Ôi bầy chim đang mặc áo Tân Niên! Và em gái ơi, ai biểu dịu hiền? Trong mơ mộng tôi gọi người mơ mộng!

*

Người lái đò cầm mái chèo rẽ sóng... bến Tầm Dương đưa đón khách sang ngang... Một ngày kia đau đớn rụi tàn, mỗi người khách vốc nước sông rửa mặt! Ôi ly khách! Ly Khách! Chúng ta là Ly Khách... nhớ Mẹ già... Yêu Quý Núi Sông Xưa!

(*) *Thơ Nguyễn Du: "Thanh Minh trong tiết tháng Ba, lễ là Tảo Mộ, hội là Đạp Thanh!".*

(**) *1975-1999: Thế Kỷ XX. 2000-2025: Thế Kỷ XXI. 50 năm mà Hai Thế Kỷ!*

"Một Năm, Hai Năm,... Rồi Có Thấy Thời Gian Đi Qua Mười Ngón Tay"

Sáng dậy, nhìn ra ngoài cửa gương: Bão tan, nắng có, mờ mờ sương... Tháng Ba ở Los đang mùa Hạ, bão tố đôi khi – chuyện rất thường...

Sáng dậy, ra vườn chơi ngắm nắng. Ngắm hoa, mấy nụ, chào bình minh! Tôi chào ai nhỉ? Em xa lắm. Đêm Việt Nam, nha! Chớ giật mình!

*

Bao năm đã qua như thể những giấc chiêm bao rất hãi hùng... Những giấc mơ mà không phải mộng cánh buồm nâu lộng gió sang sông!

Phật nói "Hồi Đầu" thì "Thị Ngạn". Một câu... bốn chữ, giống câu thơ!

Giống như giông bão xa còn bóng Nguyệt những đêm Thu tỏ với mờ!

Đi mở cửa gương, hiu hắt gió... Mùa Hè. Ngọn cỏ, gió đùa đi... Nhan đề cuốn truyện xem hồi nhỏ, giụi mắt, khi không... mắt bỗng nhòe. (*)

Không lẽ nhớ quê, lòng thảm thiết? Không mà! Quên cả mái nhà xưa. Quên luôn cái thuở còn trai trẻ... đứng ngó mênh mông một bến đò!

Bè bạn xa rồi...
Hiu hắt gió...
Sáng nào tôi cũng ngó bao la...
Sáng nào cũng thấy bình minh mới...
Cũng có hôm trời mưa phất phơ...

(*) *Bạn đọc chưa cuốn tiểu thuyết Ngọn Cỏ Gió Đùa của Hồ Biểu Chánh? Tìm đọc nha, đời rất dễ thương...*

... Và Em À Anh Biết Em Nhớ Anh Mưa Bay

Người mù đi qua đường, đi được nhờ thói quen?
Tại sao cây trụ đèn vẫn đứng yên một chỗ?
Không có ai đứng ngó cây trụ đèn hỏi han.
Ánh sáng bóng đèn vàng chiếu vào đêm im lặng!

Ánh sáng đèn là nắng ban ngày không có mưa...
Ánh đèn sẽ mờ mờ khi người mù cứ bước!
Mưa là những giọt nước ở đâu rơi xuống đường?
Nếu nhẹ, nước là sương vương vương trời mờ ảo...

Tôi nhớ sao tà áo ai đó bay đêm trăng.
Sương thành những dấu ngang nối câu thơ tưởng tượng...
Gió mạnh lên sẽ cuốn tà áo bay lên trời,
thành một áng mây trôi... về đâu, tôi chẳng biết!

Người mù đi, đi miết, rồi cũng tới bến bờ,
cô đơn từng câu thơ vó ngựa giòn biên ải...
Thời xưa tôi không lại trả tôi lại tuổi đời,
có lẽ vì mưa rơi, mây trôi và sương tản?

Trụ đèn có ánh sáng như rét rừng vàng da!
Quả thật tôi thiết tha nhớ áo vàng núi, dạ...
Cỏ vàng từng thảm lá cuối trời âm hay dương?
Người mù đi qua đường không mơ màng, ai biết?

*

Hãy lắng nghe những bài thơ rất thơ,
hãy để cho gió đùa bay về đâu cũng kệ...
Ngày sau nhờ được thế còn thấy thơ ngày xưa...
còn thấy áo dài tơ dệt vàng đêm Thu Nguyệt!

... và, em à, anh biết
Em Nhớ Anh Mưa Bay...

Anh Xuống Ngựa Cúi Chào Em Bình Minh Mùa Hạ

Sáu giờ sáng đã nắng! Tôi dậy, chào mùa Hè... Ở đây không tiếng ve... nhưng tôi chào, em thấy?

Trước hết, dòng suối chảy. Mặt trời trôi theo mây... Em ngồi đây, ngồi đây, hoa quỳ vì em nở!

Rừng hoa quỳ rực rỡ. Hoa và em, áo vàng. Vài bọt sóng đang tan. Mùa Hè vàng nắng chiếu...

Em, đôi mắt chắc hiểu ai nhìn em sau lưng. Em là một con ong bay thong dong bờ suối...

Em là niềm đắm đuối tình-anh-em-áo-bay...

*

Thơ tôi buổi sáng nay, như sáng nào, cũng thế: Tụng ca em diễm lệ nàng Tây Thi Trữ La...

Ờ nhỉ sao người ta thấy ở người con gái chập chờn bay bay mãi – con ong, cái lưng cong...

Môi em là nụ hồng giữa hoa quỳ rực rỡ...
Mũi em ngàn năm thở mây trên Đà Lạt xưa...

Em là một giấc mơ những bài thơ đẹp nhất! Em là Tình Yêu thật kết bằng muôn ánh sao!

Anh xuống ngựa cúi chào: Em Bình Minh Mùa Hạ!

Bài Thơ Năm Đoạn

Bão không cánh mà bay suốt ba ngày rồi đó. Mới vừa xanh thảm cỏ đã bạc đầu hết duyên!

Và những giọt mưa xuyên từng nhánh cây cành lá... Không phải mưa tầm tã mà tất cả đều buồn...

Hết bão thì tới sương mịt mờ tuần lễ tới! Những hồi chuông quên gọi, có gọi cũng không nghe...

Một nửa lòng nhớ quê, nửa lòng cho hiện tại... Nhớ gì cũng xa ngái, nói gì chỉ tiếng mưa!

Anh gửi em bài thơ chỉ dài có năm đoạn coi như là năm tháng, thời gian, thương nhớ ơi!

Bài Thơ Rơi Xuống Đất

Cơn bão không có tên / bay qua thành phố nhỏ / Bão cũng nhỏ như phố / mưa bay theo dễ thương...

Có đứa bé qua đường / trùm poncho gió bọc / một tay nó bụm mặt / một tay níu poncho...

Cơn bão nhỏ như mơ / nhỏ như một bài thơ / bâng quơ gió thổi mạnh / lành lạnh thằng bé run...

Thằng bé hướng về trường / chắc nó quên sách vở / nên nó chạy về đó / để lấy đem về chăng?

Tôi, một người đi ngang / qua chiều gió bay dọc / thấy vài giọt nước mắt / thằng bé rơi trong mưa...

*

Tôi bóp nhẹ bài thơ / vừa làm ra... một nửa. Tôi thấy gì trong phố / ghi nhớ chơi vậy mà...

Tôi đang ngang vườn hoa. Không có ai, ghế trống. Vài nụ hoa thất vọng / cúi đầu giấu nỗi buồn...

Tôi thấy mình thương thương / Thương ai mình không biết / Ai nụ hoa rất đẹp / nở hôm nao đường Xuân...

Bài thơ rơi xuống chân / Cơn bão cũng vừa dứt / Tôi cầm lên, nước mắt? Bài thơ tôi rưng rưng...

Thành phố nhỏ sáng trưng. Bão qua rồi, đèn mở. Tôi gặp lại đứa nhỏ / nó ôm cái poncho...

Một ngày qua như mơ. Thành phố chưa ráo lệ. Ở đâu đời dâu bể, gió mưa ra làm sao?

Ngàn Năm Xưa Ngàn Năm Sau

"Chừng cao thấp thoáng mây Hà kéo,
Em nhỉ trời như có dáng Đông?"
Tôi, thật tình, tôi không thể nhớ
thơ ai, tác giả... cứ trong lòng!
.
Tôi không có thể làm thơ đó,
Thơ của Dương Kiền, Trần Dạ Từ?
Tôi đọc được hồi tôi trẻ lắm,
khi em bất chợt hiện trong mơ...
.
Rồi... đời như nước con sông chảy,
tôi hóa thành một ngọn núi cao,
em có khi là mây dưới thấp,
em có khi là cơn mưa rào...
.
Mây hóa mưa mà, tôi biết chớ!
Mưa thành nước chảy đổ vào sông...
Con sông cứ chảy cùng năm tháng.
Một chiếc đò ngang... nước lạnh lùng!
.

Tôi, ngọn núi cao, chờ tuyết xuống
chờ mưa và chỉ có mây bay...
Em à, mây chắc về phương Bắc,
Hà Nội em về, có ngó mây?

.

Chừng cao thấp thoáng mây Hà kéo,
em ạ trời đang sắp Tết rồi...
Ai sẽ mừng em thêm tuổi nữa?
Anh thì chỉ thấy bóng mây trôi...

La Jacaranda

Còn hơn tháng nữa thôi là mùa Phượng Tím Nở. Em đi hay em ở? Em nói nhỏ, anh nghe!

Đi là em trở về nước Đức mùa mưa mới. Ở, ở Việt Nam mãi, giấy tờ em làm sao?

Biết em thích hoa Đào nên Đà Lạt em nán... như đêm chưa trời sáng, như chiều còn hoàng hôn!

Anh hứa anh hồi hương bao nhiêu mùa Phượng đã hết hoa rồi xanh lá... hai má em xanh xao!

Đà Lạt xứ hoa Đào – hoa của anh yêu dấu, năm mươi năm buồn ngấu, buồn nghiến, em biết không?

Đời chia như nhánh sông!
Đời chia như nhánh sông...

*

Phải chi anh được bồng em đi chơi một chút... để em ngồi một lúc: em nhớ nước Đức đi!

Hãy nói: "Em không về... Em không về đó nữa... vì Đà Lạt nơi ở Linh Hồn Anh Thiên Thu!"

Mình sẽ lên Đồi Cù, ra Bích Câu, ngắm nước nhìn du khách bơi trượt ván thuyền trôi trên mây...

Em à, xòe bàn tay cho anh hôn từng ngón, anh có về dẫu muộn, Quê Hương: Tấm Lòng Em!

Bài thơ này rất riêng.
Hôn em nhiều, ngón út!
Anh làm con ong mật, thơ là hương của hoa...

Good Morning How Are You

Mỹ và mình không quen, họ chào mình... Thật lạ! "Good Morning!", à há! Mình cười "How You?".

Mình đi một lát sau, mình gặp một người Mỹ, mình cười nói lý nhí cũng là "Good Morning!".

Người ta chỉ làm thinh khi đi trên vắng... nhưng chắc lòng có lắng tai nghe ai nói "Hi!".

Chào có thể đưa tay vẫy vẫy vài ba cái... mình cũng vẫy vẫy lại. Gần thì cung tay đưa...

Nhiều lúc, hành lang trưa, vẫn good morning, ngộ quá... Nhiều lúc cười ha hả, cả hai đều bật cười!

Nhiều lúc thấy yêu đời nhưng không người trao đổi. Con đường vắng, thấy tội – mình tội nghiệp cho mình...

Có chiều, "Good Evening" trong parking, sửng sốt, rồi giống như nốt nhạc, bật lại "Good Afternoon!".

Hai đứa cười dễ thương... xòe tay khoe ánh nắng. Parking xe chầm chậm cho đuôi con mắt dài?

*

Người ta nói Trần Ai chỉ cõi đời bụi bặm nhưng thấy hoa tươi thắm, lòng bỗng trong như hoa...

Bướm! Con bướm, xuýt xoa: "Chào hoa, làm sao nhỉ?". Bướm, không phải người Mỹ; bướm, không nói tiếng Anh!

Bướm, kìa con bướm xanh: Mình mơ màng mấy độ: Vườn ở đây xanh, đỏ, tím, vàng... ôi bâng khuâng!

Mình... hồi nao ở rừng, thấy gì đâu hoa bướm! Bạn nhìn nhau rươm rướm, tiếng chào nghe... xa hoa!

Rồi xa là biết xa. Và xa... là Vĩnh Biệt! Bao giờ nghe tiếng Việt "Chào Anh Em Mến Yêu!"?

Buổi Sáng Trời Mưa Không Có Nước

Mưa không có nước
  mưa theo gió
    lạnh buốt mái nhà
      đuổi hết chim...

.

Sáng dậy... mất đâu rồi tiếng hót
của bầy chim mãi mãi yêu thương...
thấy mưa trải trải màu xam xám
không đọng nước mà lạnh thấu xương...

.

Đọc báo chơi thôi. Tin tức tức
vẫn là tin tức-giận-buồn-vui
không sâu xa cũng không nhàn nhạt
tẻ ngắt ly trà đang bốc hơi...

.

Mưa đuổi chim rồi. Mưa khác nắng
Buổi mai hơi giống buổi hoàng hôn!
Mở mail không có tin bè bạn...
ai cũng dần quên thuở chiến trường?

.

Mình cũng dần quên mình bữa trước,
  Thơ hôm nay
    không Tình Yêu!
Buổi sáng trời mưa không có nước
đến chim là bạn cũng xa mù...

Happy Easter

Nắng mới. Sáng trưng. Ngày đã mới! Em hoài Cổ Tích để anh hôn. Mình đi dạo nhé, khu vườn sáng, anh hái trao em một đóa hồng...

Một-đóa-hồng-em-đó-đôi-môi-anh-khoanh-tay-lại-ngó-em-cười-chưa-bao-giờ-đẹp-như-đang-nắng-em-đẹp-muôn-năm-chỉ-một-người!

Em ạ đọc thơ em hãy thở – không dừng một chút, tại anh yêu, Em, còn ai nữa trên đời chứ?... như Nguyễn Du thơ-một-Thúy-Kiều!

Hôn cái Duyên em trong cái chữ – chữ nào anh viết cũng thành Duyên! Đường xa thiên lý em là mộng lộng lẫy như sương khoác áo chiều...

Nắng mới đang lên và nắng ở lòng em có Lễ Phục Sinh nha! Em là ngũ sắc, mây là áo, em là vườn hoa của vạn hoa...

Anh yêu em như chưa bao giờ có nàng Tiên Nữ ngự trong Thơ! Nhờ tia nắng sớm bỗng em tới, em đẹp vô cùng: Đôi mắt mơ...

Em đẹp vô cùng! Em tuyệt diễm! Phục Sinh này đẹp tựa Khai Sinh! Cảm ơn Mạ nhắc cho em nhớ một Huế muôn năm một chữ Tình!

Em Chúa Trời Nha Anh Ước Mơ

Em nói bên em còn tuyết đổ, lạnh còn anh ạ, lạnh lê thê...” Ôi chao em nói nghe mà thảm, nắng ở bên này sao anh chia?”.

Em nói bên em quần áo giặt, phơi hiên nhà gió chắc lâu khô...” Ôi chao em nói như hồi nhỏ, áo ướt, em hiền như giọt mưa!”.

Em với anh, mình thương mới nói... chuyện gì... không phải chuyện thời gian! Bên này bên nớ, không gian nhỉ... là chẳng có gì, chỉ tuyết tan!

Anh muốn đi tu tìm gặp Phật để nghe Phật giảng Sắc là Không. Để nghe... rồi nhắn cho em biết, em thấy con đường trải nắng Xuân!

Em à, anh nói điều không có – ai có bao giờ gặp Phật đâu! Thí dụ gặp đi, không nói thế... mà mong xin Phật ứng như cầu?

Em ở bên kia, bên cánh đồng. Anh ở bên này, bên con sông. Đồng thì hiu quạnh, sông trăm khúc... Nước mắt nhìn chơi: Chẳng Một Dòng!

Có thể Quê Hương là chỗ bậu. Có thể Quê Hương là chỗ chàng. Đời mình hai cõi, đời muôn ngả, sông núi nào nhìn cũng mến thương...

Muốn gục xuống chân người bạn quý, muốn cho con kiến chạy lên trời – nó leo cành cụt, ra, vào lại, nó không nản lòng, mình tẽ đôi!

Đời người cát bụi chờ mưa gió, xuôi ngược cũng đành sa mạc sao? Muốn hỏi Chúa mà chưa tới Lễ – Lễ nào, Thiên Chúa cũng trên cao!

Em ơi, đâu cũng vô cùng tận! Em-Chúa-Trời nha! Anh ước mơ...

Bụi Mù Sương Bay Bay

"Vài ngày nữa sang Xuân!"... ai ai cũng nói vậy! Mặt trời đang nắng... chảy! Chao ôi vẫn còn Đông!

Nghĩa là... còn lạnh run! Nhìn cái miệng thấy ghét! Em... thì sao không biết, ngó thôi hà... muốn thơm!

Hoa, nóng, lạnh nồng hương. Vệ đường hoa nhiều lắm. Em, loài hoa đa cảm, đẹp hoài thôi, dễ thương!...

Sáng sáng trời còn sương... Bảy giờ hơn đã nắng. Thành phố yên, yên, vắng... người ta đi làm rồi!

Mình... sắp sửa đi chơi, có thể vào quán gió, có thể đi nhìn cỏ, có thể đi chào hoa...

Một bước đường một xa! Nhớ Nguyễn Du chi lạ:
"Lối mòn cỏ lợt màu sương.
Lòng quê đi một bước đường một đau".

Em ơi cái thuở nào mà người mình biệt xứ?
Bây giờ... còn quá khứ! Bao giờ có tương lai?

*

Đừng hỏi! Đừng thở dài. Em kìa, hiu hắt gió. Em kìa nắng xa lộ... Bụi mù sương bay bay...

Bụi. Mù sương. Bay. Bay...

Hello Mùa Xuân

Sau một tuần mưa dầm, hôm nay trời có nắng! Hôm nay ngày tươi thắm màu cỏ hoa tình ơi!

Hôm nay đường phố vui, hello, hi... ríu rít! Những miệng cười con nít nói thiệt nhé, là xinh...

Quên mấy ngày làm thinh, chim trên cành bay hết... lá trên cành rên siết mỗi lần gió bay ngang...

Mỗi lần gió bay ngang, áo vàng xưa lại nhớ! Lại ôm chữ Cổ Độ đem để vào bài thơ...

Ai biểu em ngày xưa? Ai biểu Ngoại cố quận? Tất cả đều thăm thẳm. Tất cả đều Cố Hương!

Có hai người dừng chân bên đường hôn một miếng!
Có đàn bồ câu lượn trên thành phố Mùa Xuân!

Thanh Minh Trong Tiết Tháng Ba
Lễ Là Tảo Mộ Hội Là Đạp Thanh

Trời lạnh và âm u. Mấy ngày rồi không nắng. Tiết Thanh Minh bằng phẳng / những nghĩa trang mênh mông...(*)

Người sống đã hết lòng để thương nghĩ người chết? Chết có nghĩa là hết! Bình tro cho có thôi...

Xưa, Thanh Minh, đất trời thường là ngày rực rỡ: Xanh trời, xanh biếc cỏ, xanh đất, xanh biếc hoa...(**)

Xưa! Bây giờ là xa... Nhiều người... rồi thưa thớt / cúi đầu đi đếm bước / dừng chân vài mộ bia...

Vài nhánh hoa đem chia... Chia không thể hết mộ! Vài mái tóc bạc xõa... ngồi vén gọn: anh ơi...

Thanh Minh là Ngày Vui. Xưa, nó là Lễ Hội. Nay... nhiều Kỷ Nguyên Mới, Thanh Minh: Quá Khứ mờ...

Trời ơi Thơ tôi... Thơ, nhám xì như chiếc lá / rụng hình như từ Hạ, từ năm ngoái, năm kia...

Người thác bây giờ về... một Giáo Đường nào đó? Một ngôi Chùa thành phố? Một nhà kho thời gian?

Những chiếc lá úa tàn, phất phơ bay tình nghĩa... chút khói nhang tứ phía thơm thơm ngày Thanh Minh!

*

Em ơi ngồi với anh thấy mình mai mốt nhé...
Thấy chiếc lá lặng lẽ bay trong trời mờ sương!

(*) *Nghĩa trang, nghĩa địa ở Mỹ đa số không có đắp nấm mồ, bia mộ đặt nằm ngang với mặt đất, cỏ phủ xanh, chỉ thấy mộ bia khi mình cúi đầu...*

(**) *Thơ Nguyễn Du:*
Thanh Minh trong tiết Tháng Ba,
Lễ là Tảo Mộ, Hội là Đạp Thanh.

Em Cười Rồi Mô Phật Nam Mô A Di Đà

Em nói nghe buồn quá!
"... rồi mai mốt em già!".
Anh nâng một cành hoa
anh ấn đầu em xuống...

Em à, mai mốt muộn
biết lúc đó bao giờ?
Em vẫn em, bài thơ
anh yêu em từng chữ!

Không có chữ Quá Khứ,
cũng không chữ Tương Lai...
chỉ có mười ngón tay
em – Là Yêu Mãi Mãi!

Em là người con gái
Mạ sinh ra hồi nào
anh gặp mà ôi chao
Giai Nhân, còn ai nữa?

Em! Hôn đi hoa nở!
Không ai nghĩ hoa tàn
không Không Gian, Thời Gian
chỉ... Đá Vàng làm chứng!

Em nói – anh cảm động,
anh nói, em nghe không?
Hoa cũng gọi là Bông
bềnh bồng mình bay nhé!

*

Chữ Đá Vàng em để
trước gió, gió không bay...
Anh yêu em ngón tay,
mười ngón là ngón út!

Em cười rồi! Mô Phật!
Nam Mô A Di Đà!

Sáng Nắng Thơm Như Mật Em Bình Minh Dễ Thương

Sáng mở cửa tôi ngó / nắng ngoài ngõ thế nào... Ô kìa, hai cây đào... không lẽ còn nở muộn?

Lấp lánh tia nắng gợn / hồng hồng ánh nắng mai... Hoa mà! Hoa nở hoài? Thưa không! Đó, hoa nắng!

Tôi là người "đa cảm", nói gì, em có nghe? Hay tôi là con ve / reo vui chào mùa Hạ?

Em, mặt nghiêng như lá, có một chút giận hờn! "Mặt đây mà không hôn, nói gì đâu dễ ghét...".

Nói gì đâu, không biết! Tôi có nói gì sao? Thơ tôi là lời chào! Em nghe, còn gì nữa?

Để bài thơ dang dở, tôi đi bồng hoa hôn. Nắng bình minh buồn buồn, chắc buồn tôi vô ý?

*

Hoa cây ổi xá lị cũng thơm như hoa đào, cũng nồng như hoa sao – một cây sao cổ thụ...

Từng bước về quá khứ, ban ngày tôi mộng du! Tôi xoa trái mù u, bảo đi về hiện tại...

Lại thấy em, cô gái / mười bảy, ngày nào xưa... Tôi vẫn còn trong mơ. Ai biểu em là mộng?

Người ta không thể sống / nếu mà thiếu Tình Yêu? Em à, anh nói theo tiếng trái tim anh đập...

Sáng, nắng thơm như mật. Em-bình-minh-dễ-thương...

Một Ngày Trong Hai Cõi

Bây giờ còn thấy gió / rung rung cây ngoài sân. Bây giờ còn tiếng chân / của chim đạp mái ngói...

Thêm một ngày mong đợi / mình bay như mây bay...
Loài hạc vàng xưa nay / chỉ là thơ tưởng tượng.

Người ta chỉ sung sướng / nhắm mắt về trời mơ...
hoặc sẽ được thẩn thơ / đi ngắm hoa bắt bướm...
... hay sẽ đi nhặt lượm / chút nào của ưu tư?

*

Lòng giấy có câu thơ / của tôi nằm cô quạnh. Đường đèn còn lấp lánh / ôi nó buồn làm sao...

Buồn như tiếng thì thào / không âm thanh mà gợn / mặt sông con nước lớn... phù-bình-nhất-đạo-khai!

Lát nữa là Hôm Nay. Lát nữa là Buổi Sáng. Lát nữa trời tang tảng, là bình minh, phải không?

Trưa Lăm Sao Trời Chưa Hết Sương

Nắng chẳng bình thường, thương quá nắng
Hàng cây thiếu nắng thấy mà thương...
Mùa đang không biết Thu hay Hạ,
Chạm nhẹ trên vai chiếc lá vàng...

Không lẽ đã Thu? Mình chẳng đợi
Chẳng chờ chi những giọt mưa đâu!
Khép bâu áo thấy ran trong ngực,
Thơ đó... cho chàng được một câu!

Rồi sẽ bài thơ không có hẹn,
Ai kìa, ai thế, áo dài bay...
Năm năm, có thể mười năm nữa
Nhớ lắm bàn tay... năm ngón tay!

Nhớ lắm cánh đồng khi lúa trổ
Bông ơi bông lúa đứng nghiêng đầu!
Quê Hương, thèm chớ tình thân ái
Chạm mặt thôi mà, biết nhớ nhau!

Tôi mở lòng tay. Không có nắng
Cũng không bụi phấn vướng bao giờ...
Đường xa cố lý thành thiên lý
Không lẽ thơ là một giấc mơ?

Lục Bát Đan Thanh

Thì ra... em chẳng nhớ anh! Một ngày, mới đó, bình minh, đã chiều!

Một ngày, lâu quá, bao nhiêu lần anh mở máy, em yêu mịt mờ... Một ngày nắng, chớ không mưa, mây trên núi giống bài thơ sắp làm.

Lá thì vẫn lá xanh lam có khi biêng biếc vàng vàng như hoa, chắc con bướm có tưởng là chỗ anh đang ở ruộng cà vậy thôi?

Một ngày rồi! Một ngày rồi... Bốn phương mà một mặt trời về Tây? Em về Bắc, không về đây? Em từ Miến Điện em bay Đại Hàn?

Con đường mà em đi ngang em đâu cần thấy thênh thang thế nào... Em lên Bắc Cực thì sao? Lạnh em xám má hoa đào của anh!

Bài thơ sắp chớ chưa thành, mặt trời lặn anh một mình với thơ? Một mình anh với thẫn thờ, với đèn phố rọi xuống bờ cỏ khuya...

Thì ra có lúc không dè tình yêu là mộng bay về chiêm bao!

Ảnh: HQ

Sông Núi Người Ta Khen Bởi Đẹp
Quê Mình Sông Núi... Nhớ Thêm Xa

Nhìn lên núi, thấy núi
Nhìn xuống sông, thấy sông!
Núi... thì núi đầy tuyết
Sông... thì sông đầy băng...

Nước Mỹ đang mùa Đông:
Bắc Bán Cầu băng tuyết
Cảnh tuyết băng đẹp tuyệt
Ngồi trong phòng ấm, khen!

Ở đây không nhìn lên
Cũng không cần ngó xuống
Nhìn hình thôi, thấy ảnh
Ảnh – Bóng – Hình, lung linh...

Không thấy cảnh mông mênh,
Sợ lắm, nếu mở cửa
Không khéo mà hơi thở
Cũng đóng băng như sông?

Quê Hương là Núi Sông
Ở đây nhìn không thấy!
Sông quê nhà đang chảy
Núi quê nhà, mây bay...

Em Tình Yêu Bát Ngát Nắng Mùa Xuân

Hôm nay nắng! Chỗ tôi ngồi, chỗ nắng. Câu mở đầu: Anh Nhớ Lắm Em Yêu! Tôi tưởng tượng buổi-chiều-nay-vẫn-nắng, anh yêu em anh cắn nhé vành tai...

Em đưa hai tay. Hai bàn tay, mười ngón, có mười thương của một bài Ca Dao. Tôi yêu em! Tôi uống nắng ngọt ngào: Em Trên Hết Những Tựa Đề Bài Thơ Đẹp Nhất!

Em hiền từ! Em của anh là Phật! Bốn cảnh đời ai dàn vậy Thiên Thu? Ai làm cho những buổi sáng sương mù? Ai quét được hết khu rừng đầy lá?

Không có ai! Không có ai, em ạ. Máy móc chế tạo ra từ khối óc sân si, từ tấm lòng hiểu biết chẳng có chi... Lá vẫn rơi dưới chân của người ta giẫm nó...

Cứ mỗi đầu Xuân, em thấy đồng xanh cỏ! Không lúc nào em-không-mùa-Xuân-của-anh! Ánh mắt em long lanh mong manh vòng quanh anh chữ Đạo!

Bên kia sông, những con chim sáo... Chúng sẽ bay về chiều nay hoàng hôn? Cả thế gian chiêm ngưỡng Giáo Hoàng, người im lặng nhường Tình Yêu Tiếng Nói!

*

Anh hôn em và có một câu hỏi: Tại Vì Sao Em Có Mặt Trên Cõi Đời Này? Em là mây, mây giăng giăng đầu núi. Em là thơ Thanh Thủy một dòng sông...

Em không đáp anh đâu nhưng anh nghe rõ tiếng lòng Tim Em Đập Êm Êm và không bao giờ dừng lại! Anh hôn em, hứa rồi hôn mãi mãi. Em-Tình-Yêu-Bát-Ngát-Nắng-Mùa-Xuân...

Em Than Ở Chỗ Em Mưa Gió
Trời Ủ Ê Buồn Em Muốn Đau

Ai biểu khi không mưa buổi sáng,
trời buồn, tất cả cũng buồn theo!
Giàn nho, xanh mới lưng chừng nửa,
mưa lạnh, gió đùa, hết muốn leo...

Tôi hết muốn đi ra phố dạo
(mưa mà, bè bạn chắc chôn chân)
Nhủ lòng: Lát nữa mưa dừng chút,
mình sẽ vi vu chút cuối tuần...

Mình sẽ ra ngồi hiên quán gió
biết đâu sẽ có bài thơ mưa?
Em than ở chỗ em mưa gió,
trời ủ ê buồn em muốn đau...

Em nói em làm anh lỡ vận,
lỡ rồi, chữ cuối, tại em nha!
Vần ơ... bỗng tiếp vần... ao ước!
Ai khiến trời nào cũng Xót. Xa?

Trời hết mưa đi! Giùm một chút!
Tôi còn dư mực viết mênh mông...
Em à, anh rất thừa kiêu ngạo,
cũng tại em thôi: đẹp quá chừng!

*

Tôi ở phương Đoài, em hướng Bắc,
một tay đưa thẳng tới trời cao,
một tay trên ngực ngăn tim đập:
em đã làm anh nhớ thế sao?

Nhớ thật! Vì thương nên mới nhớ,
vì thương, ai biểu nhớ thành thơ?
em ơi, từ sáng, anh tư lự
chừ có thơ thì... đã buổi trưa!

Tiếng Vọng Từ Trái Tim

Hương thời gian thanh thanh
màu thời gian tím ngắt...(*)
Có không một-sự-thật:
Hương Sắc của Thời Gian?

Có không một âm thanh
chưa rõ tròn hay khuyết...
Vẫn kìa, một vầng Nguyệt
có khi khuyết khi tròn...

Ờ nhỉ, những nụ hôn
những nụ hoa có giống?
Em có là giấc mộng
tôi chợt thấy đêm qua?

Đêm qua có nụ hoa
nở ra hương thơm ngát
tôi tưởng gió bay giạt
ống quần Mỹ A em...

Cái tên lãnh duyên duyên
người dệt ở Châu Đốc
biết bao đêm đã thức
vì đôi chân Tiên Nga...

Biết bao cuộc can qua
biển dâu và xương máu
cái màu trăng vẫn đậu
xuống cánh đồng Tháp Mười...

*

Hương thời gian thơm ơi
cái vành môi em đó
chim vành khuyên nho nhỏ
nho nhỏ lời buổi mai...

Em chớ không có ai
có mùi hương có sắc
có màu huyền mơ tóc
mươn mướt rừng tràm xanh...

Có em và có anh
có bài thơ yêu quý!
Từ rừng Bồng Lai nhé,
mình bay về Thiên Thai...

Màu... thời gian cũng bay
hai bàn tay em nhỏ!
Hương thời gian trong gió
thơm lừng em hai vai...

Mình bay về Thiên Thai...
mình bay xa Sa Đéc
mình bay ra Phan Thiết
mình bay lên Lâm Đồng...

Non Nước là Núi Sông
em – Quê Hương Hương Sắc...
Màu thời gian tím ngắt
Hương thời gian thanh thanh!

(*) *Thơ Đoàn Phú Tứ*

Em Ơi Màu Kỷ Niệm Áo Trắng Sân Trường Xưa

Tôi đi ngang trường học, gặp giờ học trò chơi. Đứng nhìn các em vui và tôi nhớ... nhớ lại...

... những ngày xưa thân ái bây giờ... xa quá xa. Đà Lạt nắng nở hoa và mưa hoa cũng nở!

Thầy đi, các em ở bây giờ đều chân mây! Chân mây, Thầy dừng đây, các em, Quê Hương hả?

Tất cả, đều xa quá! Đông, Đoài... mây trắng trôi! Ngàn năm như thế thôi, bạch vân thiên tải... mãi!

Trước mặt tôi, trai, gái, tuổi thơ hồn nhiên sao! Nghĩ nhảm: nếu mưa rào, hoàng hạc bay... lên núi!

Đời người bao nhiêu tuổi? Các em, ôi, ngàn hoa! Đà Lạt của tôi mà! Đà Lạt xưa nay vậy...

Chuồn chuồn bay, bay đấy! Nó buồn nó mới bay?[*] Tôi bẻ từng ngón tay, các em ơi... hồi ấy!

Đời bình yên ai khuấy cho nó hết bình yên? Tôi nhớ núi Lang Bian. Tôi nhớ thông Đà Lạt...

Tôi nhớ xuống Trại Mát, tôi nhớ ngược Damrong... "Đến đây là chỗ rẽ của lòng..."(**). Tự dưng ứa nước mắt!

Ai ơi, ai Cầu Đất, ghé Xuân Thọ giùm tôi, thấy ngôi trường trên đồi... (xưa rồi... nó còn, mất?)

Ai hồi xưa xanh tóc, đi xe đò vi vu... Đà Lạt nắng, mưa, sương mù... từng trang thơ... Ai biểu?

*

Đời trăm năm tôi hiểu lòng mình xanh đại dương... Nếu tôi không ngang trường... coi như đời mặc kệ?

Mặt trời nghiêng bóng xế... Đà Lạt tôi khói lam... Đây không Bùi Thị Xuân! Đây không Trần Hưng Đạo...

Tiếng buồn xưa tiếng sáo... Tiếng lòng nay... rưng rưng! Con sáo bay qua sông, trời có vầng mây tím...

Em ơi... màu kỷ niệm, áo trắng... sân trường xưa...

(*) *Ca dao: Bay bay kia cánh chuồn chuồn, khi vui nó đậu, khi buồn nó bay...*

(**) *Cũng ca dao: Chàng về Đại Lược, thiếp ngược Kim Long, đến đây chỗ rẽ của lòng...*

Khi Bạn Nâng Niu Tờ Lịch Mới Chúng Ta Nghĩ Đến Nắng Ban Chiều

Hôm nay không phải hôm qua. Dĩ nhiên rồi. Tờ lịch đổi số ngày, còn tháng, chưa đổi năm đâu – mới hạ tuần tháng Năm mà...

Hôm qua dù mưa không sa nhưng u ám, gió nhẹ và lạnh lạ thường. Mùa Hạ đỏ có chàng tới hỏi... Tôi muốn dùng chữ ủ ê, không có bạn trước mặt, tôi biết hai tay tôi thừa... Hôm nay, một ngày thừa những lời ca tụng!

Nên tôi chỉ thưa...
vào không gian vô tận: "Tôi Yêu Quý Bạn Vô Cùng!".
Bạn chắc không nghe nhói trong lòng tiếng trái tim tôi đập đều đặn vì bạn!

Tôi biết khuôn mặt bạn sáng. Bạn là tấm gương! Tôi thấy tôi bơi trong mắt bạn, tôi qua một đại dương, sóng gợn như tóc của bạn phủ qua vai bạn, xuống tấm lưng bạn... Không ai đẹp hơn bạn. Tôi biết. Tôi tha thiết nhớ thương...

*

Bây giờ, mùa Hạ.
Mai, vẫn còn mùa Hạ.

Chưa phải mùa Thu. Tôi xin lỗi bạn, bên bạn, trước bạn, tôi có nhớ thêm một người – Xuân Diệu...

Xuân Diệu có bốn câu thơ như tiếng chuông cà rem rung:
"Hãy ngó càng lâu, nói rất êm,
hãy dùng những tiếng thật êm đềm...
Thu này, em phải yêu thêm với,
bóng đổ trong lòng lạnh lắm em!".

Tôi thật lòng muốn mình là Thi Sĩ bạn ạ. Tôi yêu bạn bao nhiêu, tôi yêu đời bấy nhiêu!

Cảm ơn bạn nha, cho phép tôi nghĩ về buổi chiều này...
Mình đi trong nắng hoàng hôn sắp
Mình vuốt cho dài mắt-có-đuôi
Mình nói những lời chưa có tiếng
Hoa hồng em nở nụ trên môi...

Xa xôi...

Bài Thơ Buồn
Làm Trong Ngày Chúa Nhật

Trời hôm nay có vẻ / một nửa nắng nửa mưa. Bình minh mà mờ mờ, chim không về ríu rít.

Mưa ngày mai mới thiệt. Mưa hôm nay chắc không. Bão chắc chuyển khác luồng. Hy vọng Chúa Nhật đẹp...

Sống, bây giờ thời tiết / chuyện lo lắng từng ngày / của nhiều người đi "cày" / để trả nợ cơm áo...

Vài năm nay điên đảo, biến đổi thời tiết hoài. Bão, lụt giết nhiều người, mả mồ không còn nữa...

Sống mưa dầu, nắng lửa, chết lò lửa hỏa thiêu... Bình tro gửi hơi nhiều, nhiều kệ Chùa sập, đổ...

Cái gì thấy... là ngó, còn ngắm thì thôi, đi... Có nghe tiếng thở dài... người xa người, xa xứ...

*

Năm mươi năm dang dở, bỡ ngỡ rồi quen dần... mà nhàn nhạt tình thân: ông, bà, con, cháu... lợt...

Nguyễn Du dùng chữ "lợt" hai câu thơ nghẹn ngào: "Lối mòn cỏ lợt màu sương. Lòng quê đi một bước đường một đau.".

Đau có nghĩa là sao? Cứ nói: "Đau Thiệt Chớ!" y chang như đứa nhỏ / than khi trợt bước chân...

Hôm nay...
Tôi bâng khuâng: Trời nửa mưa nửa nắng. Cái mặt sân phẳng lặng, đồ ăn cho chim, chờ...

... Có lẽ chờ bài thơ. Buồn. Buồn. Buồn. Chúa Nhật.

Thời Tiết Không Bình Thường

Thời tiết không bình thường. Chim bỏ đi cũng phải!
Bao giờ mới trở lại... Xuân, Hạ, Thu, Đông hà?

Người ta trẻ rồi già, thời gian vòng luân chuyển... chỉ
khi nào đột biến, thật không hiểu tại sao?

Gió đầu năm ngọt ngào, gió mùa Đông thê thiết...
chuyện đó là thời tiết... Nhiều năm nay hoang mang!

Nắng cũng thế, Hạ vàng, tự dưng mà Hạ đỏ! Con thỏ
đi tìm cỏ... có lẽ cũng lạc đường!

*

Em à, em rất thương, đừng như chim, như thỏ... Mà
nếu em là hổ, anh sợ biết bao nhiêu!

Nhớ ca dao, chiều chiều, ra cửa sau tôi đứng, tiếng
sóng chân mây vọng. Quê nhà chăng? Buồn hiu!

Nhớ ca dao chiều chiều, Mẹ đâu còn để biết / con Mẹ
đi biển biệt, mồ cha cỏ thay màu...

Nhớ ca dao, nhớ sao... trời khuya như nước mắt, nước
mắt hay mưa rắc? Lắc rắc cơn mưa phùn...

Em nói em tuổi rồng... không ai bồng em giỡn, anh thì như ngựa chứng / hí lồng lộng núi non...

Quê Hương chừ Cố Hương... Em, Cố Nhân, nhớ lắm. Nâng niu cành hoa thắm... không biết nói câu gì...

Không lẽ câu Đường Thi / chép chơi, ngồi đẽo gọt... rồi nhớ ai từng bước: Phạm Lãi nhớ Tây Thi?

Juliette, Roméo... gặp nhau: Hầm mộ tối! Paul, biển trào sóng dội, Virginie! Virginie ơi...

Quê Hương mây trôi trôi... Người yêu đuôi con mắt. Ruột đau hay ruột thắt... lòng nào không thê lương?

Sáng, tôi bài thơ buồn, ngọn nguồn con suối cũ... Chim bay rừng gió hú. Lác đác lá vàng rơi...

Mưa Khô

Mưa ở Phan Rang là mưa khô!
Bao nhiêu cái nắng bỗng không ngờ
mưa sa! Năm phút. Mưa bần bật
mà ngửa bàn tay... không có mưa!

Mưa đã khô ngay vì nóng quá
Phan Rang... sa mạc Việt Nam mình!
Nhiều người than thế khi tàu đỗ
ga Tháp Chàm cơn mưa rất nhanh!

Mưa Khô! Trời ạ... mưa không thể
xóa nóng giùm cho cái xứ Chàm...
Nắng đã chói lòa hai mắt ướt
mưa... làm giọt lệ phải tan. Tan!

Nắng ướt vì mưa trong lúc nắng
Nắng trên Đà Lạt lạnh mưa bay...
Phan Rang không có bao giờ được
mát mẻ lâng lâng dẫu chớm ngày...

Mai vào Sài Gòn... tôi nhớ nhớ
Phan Rang chiều hôm qua mưa mưa
Lòng không sao cả mà sao thấy
mấy chiếc lá vàng có chút thơ!

*

Thơ ạ! Trời ơi tôi sẽ ướp
tình yêu trong đó để nghe buồn
để nghe tí tách lời ai nói
nghe sắt se tình tôi cô đơn...

Em Ơi Con Sông Nở Hoa Mây Bay Vào Trang Tình Sử

Anh thích em nói tiếng Dạ
lúc đó em như đẹp thêm.
Em nhếch cái miệng làm duyên:
Anh nói gì như thời tiết...

Ờ nhỉ chuyện dài thời tiết
sáng, chiều... có lúc đổi thay,
em thì khi đưa bàn tay
anh cầm anh không chịu thả!

Em nói mình người châu Á,
em ă cho anh bây giờ...
Hình như lúc đó trời mưa
anh có bài thơ thật đẹp!

Phạm Lãi lụy đôi mắt biếc
Tây Thi giặt lụa Trữ La,
em ơi con sông nở hoa
mây bay vào trang Tình Sử!

Anh nhắc lại chuyện thiên cổ,
anh yêu em đến Thiên Thu,
có thể là tới muôn sau,
có thể khởi đầu ngàn trước...

Em ngó con đường em bước
ngàn hoa một nụ Bình Minh!
Anh hái hoa anh tặng Mình,
em à Dạ, đi, Yêu Quý!

Waterford Tên Một Thành Phố Mỹ

Waterford...
tên thành phố ngồ ngộ... Nhiều tên người cũng ngộ...

Mỹ giống giống Việt Nam...
Tên giống như tên gió...

Quên thì là không nhớ! Nhớ thì là không quên. Trời đất xui khiến em buộc ràng thơ duyên nợ!

Waterford thiên cổ... có thể một bến đò! Có thể một cơn mưa bóng mây sầu viễn xứ...

Một lần thơ ứ hự, thơ thành pho sử thi... Bởi cô em Bắc Kỳ hao hao người xứ Huế.

Có thể em ứa lệ: thơ ngày càng tự do. Có thể truông Nhà Hồ người ta chưa dỡ bỏ...

Không tự dưng anh nhớ – em, mà nói vu vơ! Nhưng... có thể giấc mơ hiện trên cái laptop?

*

Nơi em, suối trong suốt chảy lăn đá không mòn... Câu Nước Chảy Đá Mòn... quả thật là không có!

Chỉ sông, bên bồi, lở... thì có, cho xa xăm... Chỉ đồng có bóng tăm, cánh cò bay nổi bọt!

Con mắt nào chẳng xót khi nhớ nhau, ngó rừng. Ăn của rừng rưng rưng... Ngón tay em, rừng nhé!

Mai mốt đời sau kể có thành phố Waterford, có nước Mỹ đầy thơ... những bài tự do không vận!

Em Là Non Nước Việt Lồng Lộng Trời Phương Nam

Nhiều người nói: "Hoa cúc tím đẹp hơn hoa cúc vàng". Tôi ngó trời, mênh mang, đồng lúa vàng, đẹp quá!

Tôi không nói gì cả... sao đôi má em hồng? Em nặng không, anh bồng về phương Đông ngắm nắng...

... ngắm Trường Sơn thẩm lặng nở rực hoa cúc vàng! Em ơi! Em là nàng, Giai Nhân Nan Tái Đắc...

... xưa, Cao Bá Quát nói, nay, anh nhắc lại thôi! Cảm ơn em Nụ Cười, hoa nào hơn Con Gái?

Anh nhớ Hoàng Trúc Ly mãi: "Ô hay con gái bay nhiều quá. Hai cánh tay mềm như cánh chim...".

Anh nhớ em, nhớ em, con chim Vàng Anh hót bài Tình Xa dễ thương! Hoa nào đẹp hơn Quê Hương? Hoa người ta – Tiểu Thuyết! Ca tụng rồi... quên hết, chỉ còn Hoa-Giai-Nhân!

Em à, anh bâng khuâng: Em là vầng trăng sáng, em bờ sông lãng mạn, em cánh đồng bao la...

Bầy cò trắng bay qua...
Bầy cò trắng đáp xuống...
Một nụ hoa nở muộn: Một Tấm Lòng Mẹ Cha!

Ôi em!
Em nụ hoa
anh hôn em tha thiết em là Non Nước Việt lồng lộng trời phương Nam!

Mỗi Định Nghĩa
Là Một Giọt Mưa

Hôm nay, ngày Chúa Nhật / có một cơn mưa chiều.
Nước mưa không bao nhiêu, đủ cho chiều mát, lạnh...

Thấy mưa người ta tránh. Tạnh mưa người ta đi. Đi, có thể là về, có thể còn đi tiếp...

Tôi đuổi theo không kịp / những bong bóng mưa tan.
Gió mà cũng vội vàng / xóa cơn mưa không đợi!

Tôi xóa đi buổi tối... chắc phải đợi sáng mai! Bây giờ... tia nắng dài, ngắn đi, đứt, mờ nhạt...

Hai ngày, như chốc lát. Hôm nay và ngày mai! Chúa không nói đường dài mà đau đáu hiện tại.

Cái gì mình không phải mà hôm nay đã làm? Đêm ngủ, những ước, ham... rồi cũng vào giấc ngủ!

Rồi ai cũng như Chúa. Bình yên từ thâm tâm...
*

Trời mà mưa ầm ầm... Bài thơ này không vậy! Anh làm cho em thấy... ngày qua... dòng thời gian!

Bàn chân... hay! Cái bàn? Anh hôn em ngón út! Một cơn mưa nhỏ giọt. Hôn em... cho mưa bay!

Ngày Cuối Cùng Của Tháng Năm

Ngày cuối cùng của tháng Năm, mùa Xuân bay theo cơn gió Nồm về xa xăm. Hoa La Jacaranda tím ngắt, nở tưng bừng và nhuộm tím cái sân...

Mở đầu bài thơ tôi hụt hẫng quên hết rồi niêm luật người xưa. Mà nhớ chi trong ngày đầu mùa Hạ? "Em thơ Chị Đẹp em đâu?".

Không có ai chải đầu... Buổi sáng sao mà buồn vậy? Những nhánh liễu còn chảy những giọt sương vương trong đêm...

Em!
Ngày cuối tháng Năm, bậc thềm mềm chăng, đá mục? Con chim sẻ vừa đậu đó, bay đi... Có nhiều khi người ta ngó theo chim bay, ngó theo ngày vi vu cái bóng...

*

Tóc em dài nắng lên lồng lộng, dấu nụ hôn anh để đó trên vai... Rồi nắng sẽ phai, phai mùi thuốc lá... Rừng phong Thu mấy độ tàn phai?

Tôi kết thúc bài thơ nhỏ nhẹ với em rằng ngày tháng bâng khuâng...

... Mà Nhớ Tôi Theo Như Bén Gót
Mà Thương Ai Khiến Miệng Em Cười

Hết tháng Năm. Trời nắng mấy hôm. Mưa không mưa được, chứa chan buồn! Bé thơ đi học, xe vừa chạy. Gió nhẹ nhàng bay chút bụi đường...

Những tiếng cười trong vắt hết nghe... Đường không nhộn nhịp, bớt nhiều xe. Vẫn đều đặn chỉ là xe bus. Nhiều công viên... hình như vắng hoe!

Hoa nở bên xe đi tưới cò. Cành nghiêng quyến rũ lũ chim... bay. Nghĩa trang in ít người thăm viếng. Thời hỏa thiêu buồn như bóng mây...

Tôi chào cô gái vừa ngang mặt. Cô hello, cười. Có thế thôi... mà nhớ tôi theo như bén gót, mà thương ai khiến miệng ai cười?

*

Bài thơ không lấy gì thơm thảo. Tôi chắt chiu còn mấy ý thơ. Tôi biết lòng tôi nhiều nắng lắm, nóng ran tự sáng đến đang trưa...

Rồi chiều nay... một chiều hư ảo... nhớ áo dài bay... nhớ dịu dàng... nhớ chấm thật nhiều thêm dấu nhớ... không chừng tháng Sáu có mưa sang...

Ai bên Texas, trên Kansas, trên tận Utah... nghĩ thế nào? Đôi má vẫn hồng hoa tháng Chạp? Chiếc răng khểnh chắc nhớ ca dao? (*)

(*) *Mình về mình nhớ ta chăng?*
Ta về ta nhớ hàm răng mình cười...

Tóc Người Thương Như Ngọc Tơ Trời Mươn Mướt Trăng

Sáng nay, tôi nhìn thấy Mặt Trời Chưa Có Lên! Tôi cố tình ngủ quên là ngày có Buổi Sáng!

Tôi thích mình lãng mạn cứ sống bằng buổi chiều. Tôi thinh thích đăm chiêu theo hàng đèn đường phố...

Tôi muốn mình bé nhỏ như chiếc lá vừa rơi... Chiếc lá vàng rụng rời nó đang nằm dưới đất.

Nam Mô A Di Đà Phật! Tôi ngậm chữ Như Lai, chỉ mở nói tiếng Hi khi sát người đi ngược...

*

Sáng nay tôi bạc nhược... chắc trái tim tôi mềm? Tôi nghe tiếng bước êm, của tôi, sân chim vắng...

Dãy núi xa, không nắng.
Ngày mặt trời chưa lên!

Tôi làm thơ vô duyên mà em cầm hôn được! Hay tôi hay nói trước: "Anh sắp có bài thơ!".

Lời nói trước đi qua. Lời nói sau chưa có. Chuyện buổi sáng chuyện nhỏ như con thỏ vậy thôi!

Nghe khúc khích em cười. Tôi thẫn thờ nhớ tóc. Tóc người thương như ngọc tơ trời mươn mướt trăng...

Em Có Thương Bài Thơ Anh Ngồ Ngộ

Rồi một ngày mới nữa... Nó sẽ cũ chiều nay! Vẫn kìa những đám mây làm cho nó u ám!

Những đám mây màu xám... Trước mặt tôi, màn hình... khuôn khổ tờ giấy xanh, những chữ in xuất hiện...

Nó giống như mặt giếng / nước nằm yên trong veo. Nước chứa sáng, chứa chiều... có thể có bị múc...

Thời gian không biết khóc / chỉ nghe tiếng nước reo... cái hơi mát đáng yêu tỏa ra... trời mát rượi!

Vài bụi hoa được tưới. Vài con bướm sẽ bay. Có thể vài đám mây: áo quần phơi dây thép...

Ngày nào thì cũng đẹp! Tôi biết ơn câu thơ... Tôi nghĩ em cũng chờ tôi thốt ra lời đó!

*

Em à, anh biết dỗ cách nào cho em vui. Anh nói em là trời – bầu trời chứa hờn giận...

Em mím môi. Em cắn / tình anh mà rưng rưng. Ai biểu ghen quá chừng, anh viết chơi, cũng giận...

Người ta nói "Đời lận đận"... vì tấm áo miếng cơm, vì sáng sớm chiều hôm / phải lao tâm lao lực...

Còn "Tình là trăm khúc"... buồn, nếu nối dở dang! Khi vẹn thề thì nàng... và chàng... bớt bớt lời thủ thỉ!

Lâu nay đời bỏ thí những câu thơ nguyên văn. Hồ Dzếnh thì viết rằng: Đời chỉ đẹp những khi Còn Dang Dở, Tình mất vui Khi Đã Vẹn Câu Thề!".

Vợ thường chìa môi trề... đuổi chồng về với nội. Chồng... có lẽ... gian dối, khoác áo và bỏ đi...

Đời dang dở mấy khi cũng là Đời-Phải-Sống! Tình thật hết xúc động khi bàn tay lạnh tanh!

*

Ngày hôm qua – qua nhanh. Ngày hôm nay – ngày khác! Bài Tình Xa, em hát, nghe hay... hay, nhói lòng...

Chuyện "Núi cách, Sông ngăn"... nhìn hoàng hôn... thì thấy! Thơ là dòng nước chảy, múc lên, đục hay trong?

Em ơi nụ hoa hồng ngày ngày vì em nở. Nó thành một nụ nhớ tàn còn nguyên sắc hương!

Nói dóc để em thương bài thơ anh ngồ ngộ!

Thơ Của Anh Thương Nhé Má Hồng

Chuyện đời... như vậy mà không vậy!
Như Thị! Con xin trả lại Trời...
Sống, biết hổ ngươi mà cứ sống
Đành thôi, ra biển cố mà bơi!

"Cù lao chín chữ! Lòng son tạc" (*)
Thành tượng không mong dẫu một lần
Chỉ có nhiều lần nghe đắm đuối,
Ngực mình mình vuốt, ngực, bâng khuâng...

Không ai cô bé bên hàng xóm
Vọc mấy câu thơ giận dỗi mình.
Viết xuống giấy chơi thành cổ tích,
Thật thì tất cả chỉ linh tinh!
*
Nhớ thuở mình còn trên Đất Nước
Nhìn con sông ước giấc mơ xa...
Rồi thì vĩnh viễn người-xa-xứ
Nước mắt và mưa có lúc hòa...

Em xếp khăn điều, em có dám
làm tư làm tám gửi anh không?
Hỡi em! Cô bé bên hàng xóm
Thơ của anh thương nhé má hồng...

(*) *Thơ Nguyễn Đình Chiểu điếu Phan Thanh Giản*

Thơ Anh Chỉ Mấy Hàng Để Cho Em Yêu Dấu

Em không là Phi Công mà em mang kính đó! Ơ này cô gái nhỏ một vì sao lung linh...

Mình đi qua ngang Đình... hàng trúc xinh nhờ tóc của em trời xẻ dọc những đường ngang ánh trăng...

Đôi mắt em rưng rưng nói đi em, nghe với... Dĩ nhiên anh không đợi... anh hôn bàn tay em...

Bàn tay hay cánh chim một thời anh mưa gió bếp lửa khuya mờ tỏ bàn tay này nấu cơm...

Em nói Lính dễ thương... mà Sĩ Quan ngộ há... không có làm gì cả... cả cái lon không đeo...

Cái thuở đó quê nghèo. Tại sao nghèo kinh khủng? Nỗi buồn để trong thúng em đội đầu... tóc bay...

*

Em ơi em những ngày anh trong tù nhớ lại nhớ một người con gái tóc thề mưa sa sa...

Và anh có nghe nhòa hai con mắt anh ướt... Cánh cổng trường khép trượt gió lùa mấy hành lang...

Thôi! Thơ chỉ mấy hàng để cho em Yêu Dấu!

Chúc Sớm Kẻo Quên Rồi Lại Tiếc

Thế mà hai giờ chiều. Buổi mai vậy là hết. Bây giờ xế, đã thiệt... là không hư ảo nha!

Ngày từng ngày trôi qua êm như chiếc lá vàng rơi là đà xuống mặt đất. Người đàn ông đi đường cầm khăn lên lau mặt. Người đàn bà đi đường thản nhiên đi!

Người đàn ông không điểm tô gì nên lau mặt cho mát? Người đàn bà đôi môi nhàn nhạt, màu thời gian dễ thương!

Tôi không đi chỉ nép bên lề, đứng ngắm. Có nhiều lúc nghe lòng đa cảm, yêu thương người, không biết có ai thương yêu mình?

Tôi sống bây giờ, Thế Kỷ Hai Mươi Mốt. Cao Bá Quát sống trước tôi gần hai trăm năm. Ông với tôi giống nhau: cả hai đều bá láp?

Nãy giờ tôi nói như là nháp. Cao Bá Quát có thơ để đời: Thế sự thăng trầm quân mạc vấn, Yên ba thâm xứ hữu ngư châu...

Xa xa có một chiếc thuyền câu. Người ta câu gì? Chắc câu thời gian để có thời gian sám hối?

Phật dặn đừng sát sinh. Bất cứ con vật nào cũng được sinh ra đều được sống. Sao mình câu cá? Rồi thả?

Sao mình không chặt con bò thành nhiều miếng và bày bán trong siêu thị? Tôi đang ngồi trên lề đường, nhìn người đàn ông, nhìn người đàn bà, nhớ Cao Bá Quát... bây giờ nhớ thêm Hồ Xuân Hương:

Hồ Xuân Hương chắc cũng tới đèo Ngang cùng lúc với bà Huyện Thanh Quan, lúc... bóng xế tà, cỏ cây chen đá lá chen hoa? Bà Hồ Xuân Hương thấy cái khác: "Một đèo, một đèo lại một đèo, khen ai khéo tạc cảnh cheo leo!".

Ngộ nhen! Xuất khẩu thành thơ... Tôi nói ngày quá trưa, không biết thơ hay thẩn? Bạn tôi ở xa tôi hơn ba tiếng đồng hồ, tôi good night với lòng trìu mến... Chúc trước kẻo quên rồi lại tiếc, nhớ mà... gửi sớm một yêu thương!

Bao Giờ Giải Nghĩa Được Thơ Là Gì Hỡi Thơ

Bây giờ là mùa Hạ... mùa Hạ của... ngày xưa? Em à cây hoa mơ vì em nở hoa trắng...

Hoa trên trời, hoa nắng cũng vì em, nở kia... Mình đi lâu, chưa về, thương sao cây khuynh diệp...

Hai tà áo em khép, gió chưa nhiều bao nhiêu, em cứ đứng đăm chiêu... mắt bồ câu, ai biểu?

Em cứ vờ không hiểu anh biểu em làm gì... Lá khuynh diệp bay đi, đâu phải mùa Thu mộng?

Bao người đi tìm bóng trong mù sương trong trăng trong mờ ảo thế gian trong nhạt nhòa sóng gió...

Khi trở về cổ độ, lá vàng rơi, Thu ơi! Nhớ lắm nha nụ cười em nửa vành nón lá...

*

Bài thơ này cho Mạ còn một chiều ru con. Bài thơ này cho Non – Non Nước mình vĩnh biệt!

Em ơi mùa tha thiết bảng xanh bụi phấn vàng. Phấn thông trong hành lang. Áo dài em ngoài cổng...

Bài thơ này hy vọng người thả xuôi con sông người thả lệ đôi dòng người thơ con mắt ướt...

Bao giờ giải nghĩa được Thơ là Gì Hỡi Thơ?

Tháng Sáu Năm Nay Mưa

Bây giờ là tháng Sáu. Năm ngoái không có mưa, bây giờ đang buổi trưa... kìa, trời như sắp... ướt!

Nhờ em, Trời ban phước: Mình sắp đi, mưa sa! Em nhìn kia, đường hoa chắc vì em mà nở?

Cái mặt em – Nỗi nhớ! Bây giờ... mấy tỉ hôn? Mấy tỉ yêu? Tỉ thương hỡi cái o tỉ muội?

Mình đi ra bờ suối nhìn hoa nở hoa trôi... Ông Tản Đà xa xôi gọi: "Huê trôi nước chảy!".

Người Bắc cũng ngộ nhỉ, hoa mà viết là huê... Cái mặt em, nhìn mê! Trái tim em đang đập...

Cảm ơn Trời, mưa sắp!
Cảm ơn em, mưa nha...

*

Muôn muôn nẻo đường hoa... chỉ vì em mà nở... nếu mưa tới chiều tà, nếu mà mưa tới tối...

Mình đi hay mình lội? Con suối ngược thời gian, mình về thuở hôn hoàng, anh đi bên Hoàng Hậu!

Em à, không được giấu... cái mặt em dễ thương... nhớ nhé, tóc em sương thời chiến trường anh cũ...

Nhớ nhé, không được giấu Mười-Ngón Tay-Búp-Măng! Nhưng... nhớ nhé, ngàn năm anh biết ơn em mãi mãi!

Ai biểu... Em được sinh ra làm con gái để anh thề chê hết thẩy giai nhân!

Truyện Tình – Love Story

Ngày mai? Ngày mai sao? Ai biết!
Mình đi về Phan Thiết... Mình lên tới Cà Beu...
Có nghe lời Chúa chưa?

Chúa nói như đọc thơ: "Biết hôm nay thôi nhé,
Những khổ cực mình ghé / vai gánh vác, đủ rồi!
Ngày mai còn xa xôi!"

Lời Chúa là lời Vui? Kinh Kính Mừng, mình soạn:
"Tha cho con, dạ sáng, tha cho con nỗi buồn!"
Và... câu cuối, Amen!

Này anh chị, anh em: Chúng ta không cố chấp.
Trời cao và đất thấp, tự hỏi mình ở đâu? Buồn. Bực
và lo âu... đường cuối cùng: Nghĩa Địa!

Sống đời, giữ cái nghĩa! Sống đời, giữ cái tình!
Đừng quên: ta chúng sinh, tiếp nối từng thế hệ.
Chúng ta buông... ích kỷ...

Lau giọt lệ rơi dài,
ướt lạnh cõi trần ai... Đó, lúc ta quên Chúa...
Nên... con công hay múa!

Chúng ta cần nhung lụa / để... cũng múa như công?
Chúng ta thành người dưng... từng hồi chuông chiều
đổ, nhắc gì? Cho ta nhớ...

*

Đường Quê Hương rực rỡ! Dừng lại, ngắm đóa hoa...

Hoa như người, trẻ, già, tại sao hoa... không chết?
Con tàu rời Phan Thiết... tiếng còi vang trong mây...

Cà Beu, bên gốc cây: Người Thượng ngồi hút thuốc...
Con đường rừng nẻo thuộc, con nai tác chiều hôm...
Tiếng con nai như chuông...

Đổ từng hồi giác ngộ, Chúa nói hôm nay khổ, trọn vẹn cho hôm nay... Bạn ơi mình nắm tay / ngắm hoa vàng bên suối...

... rồi em ngồi, chân duỗi, anh hôn ngón út nha...
Trăng lên rồi trăng tà. Nguyệt tàn rồi nguyệt tận...
Hoa thông vàng bay phấn!

Em! Anh yêu em lắm, nói như ngày hôm qua...

Đôi Dòng Như Tâm Sự

Thời tiết Tốt! Tốt lắm! Trời nắng. Trời không mưa.
Gió thổi chỉ vừa vừa, có xua đi bớt nóng...

Mùa Hè mà... Vô vọng... đừng tưởng tượng... heo may!
Lá còn xanh trên cây, bàn tay rờ chưa mát!

Người vẫn tình, chạm mặt, gặp nhau, chào, nụ cười...
Đó là thấy trên môi. Đó là tình cố cựu...

Còn sơ giao, tự hiểu, vẫy tay nhiều cảm thông! Chớ
trách ai lạt lòng. Mình nợ ai đòi nhỉ?

Thôi thì dòng thanh thủy. Thôi thì núi thanh sơn.
Nắng quá có khi mòn cái vầng trán thanh tú...

*

Tôi, loài chim tu hú, thơ tào lao qua ngày... Vì ai đã
qua đây thấy đại dương mới sợ...

Thấy mình tự dưng nhớ mảnh khăn điều vắt vai...
Nhớ Mẹ mặc áo dài, nhớ Cha cái cà vạt...

... nhớ chiếc xich lô đạp, đồng chó ngáp chim bay...
Nghĩ nha: Đông sang Tây biết bao nhiêu thế giới!

Chắc Chúa không chờ đợi mình lên Thập Giá đâu!
Phật chắc chẳng cúi đầu – ngán gì dâu với biển?

Bạn à, chim én liệng, vui buồn nhé thân tâm...

Ảnh: HQ

Một Giây Phút Ứa Nụ Hôn Chào

Có một buổi mai rất đỗi mừng! Ngày chưa ai dậy... đường song song, xe đi làm hết từ ban tối để mặt trời lên ở hướng Đông!

Ôi mặt trời lên Mặt Của Duyên! Của em thôi đó! Của riêng Em! Người yêu tôi vẽ bằng tia nắng nhìn tóc em vờn một cõi Tiên!

Có thể Bồng Lai gần Phú Hội hay Prenn... hay là Gougha... hay Cam Ly... cũng là Đâu Suất. Đà Lạt em à, thương lắm nha!

Có thể tôi nghe đang chóng mặt – tuổi đời người Lính chẳng bao nhiêu! Bây giờ buổi sáng tôi không nghĩ... lát nữa đời tôi "đã" buổi chiều!

*

Chắc chắn nắng lên khô nước mắt – những giọt sương trời khóc nửa khuya... những giọt mưa trời mưa tháng Chạp... tháng muôn năm cũ hẹn không về!

Người Yêu! Tôi khép bài thơ sáng... Tôi sẽ thế nào, chẳng biết sao. Tuổi đã gần trăm tôi đánh đổi một giây phút ứa nụ hôn chào.

Mây Vẽ Đường Trên Trời

Mây vẽ đường trên trời / tất cả hướng về Bắc... là thôi trên đó sắp / sửa mưa như hôm qua!

Mưa nối dặm trường xa, em, anh, gần nhau chút... một giờ hay mấy phút / cũng là mưa-bóng-mây!

Mưa bóng mây mưa bay... Em ở nhà thì ngó... Em mà còn trong phố... chắc người ta ngó em?

Yêu, ai mà không ghen! Em, bà Chúa Lục Bát lại ưa hát Đường Thi..."Bao Giờ Anh Đưa Em Đi...".

Em chẳng khác Tây Thi, sau buổi sáng giặt lụa... thì phải ra ruộng lúa, trưa, chiều em hóa mây...

Mà em ơi mây bay. Mây vẽ đường trên đó. Tình anh vừa chạm ngõ... té ra Chùa Kim Sơn!

Mây trên núi lang thang. Chùa Hương đây, không phải! Thầy Tịnh Từ ít nói... ông chỉ nói với Kinh!

Chùa Kim Sơn thông xanh. Chùa Kim Sơn hoa đỏ... Hoa Giấy bay trong gió – gió thời vượt đại dương...

Anh biết chớ, em buồn. Nỗi buồn em là biển, màu nào cũng tan biến / huống gì hoa phù dung...

Đời sống: Có như Không!
Đời sống: Còn như Mất!
Chùa Hương chừ hết Phật, hai đứa mình lang thang...

(*) *Chùa Kim Sơn trên núi, phía Tây thị trấn Gilroy, Bắc California. Người Việt mình thì tu, Thầy Thích Tịnh Từ là trụ trì. Người Mỹ ở gần Chùa rất thân thiện. Thích nhất, lên đây là kiến Phật, thăm Chùa, đừng quên tới phòng đọc sách – nhiều cuốn, có nhiều cuốn rách, chữ còn.*

Hiểu Ra Thì Hết Một Đời

Khi không còn hy vọng / một cơn mưa nào đâu, người ta đi chải đầu, Vọng Nguyệt Lầu thơm ngát...

Cà phê và tiếng hát / cũng tí tách như mưa. Đà Lạt một thời xưa / chờ mưa như chờ Nguyệt!

Chờ nhìn đôi mắt biếc / từ trái tim nhớ mong... Và có một chuyện lòng / bắt đầu bằng mực tím!

Tất cả vào kỷ niệm... thành lưu bút ngày xanh... Mình còn cái mong manh / của thời tình như lụa...

Đó là thời đáng nhớ... mà hy vọng phải quên. Biết là đời lênh đênh, không hờn mây gió lạc...

*

Những sợi tóc biết hát / từ sân ga bảo tàng! Thương
những dãy hoa vàng / nở rồi tan tuyệt vọng!

Khi biết là cuộc sống / không phải dòng sông xuôi,
tự nhiên có ngậm ngùi: Cơn mưa chìm xuống biển!

Ai khiến đời mất biển... cái gì thấy hôm qua? Em xõa
tóc cho sà / nâng niu buồm phẳng mặt...

Con thuyền theo gió bấc / không lật đật vội vàng.
Muốn chứ tới Nam Dương. Muốn mà sang châu Úc...

Em thản nhiên chải tóc... chải nước mắt lưu vong...
chải cả nụ hoa hồng / như mình còn cái bóng...

Hình như niềm Hy Vọng và Thất Vọng... giống nhau?

Có Con Nai
Trưa Buồn Buồn Nằm Nhai Nắng

Nắng ơi là nắng! Trưa trời nắng!
Nắng tháng Sáu mà! Nắng dễ ngươi.
Mới bước xuống thềm, quay trở lại
Hẹn chiều bớt nắng sẽ đi chơi...

Đi chơi, vạn vạn người ra biển,
Chắc cũng vạn người đang Big Bear?
Biển rộng, non cao, trời bát ngát,
Nhà tôi: cái nắng đứng bên hè!

Không thể đi ra thì trở ngược
Hơn là sông nhỉ, nắng, mưa, quên...
Nếu không có núi nghiêng đầu ngó
Sông chỉ là sông, không có duyên?

Sông núi, đứng chung thành Tổ Quốc
Con chim nói vậy, phải không anh?
Phải không, cả chị và em bé?
Ta sống vì yêu, góp cái Tình!

*

Tôi ngồi khuất nắng, ngó ra sân
Không ước mơ xa, hết mộng gần.
Chỉ muốn lang thang mà nắng quá
Giả vờ còn trẻ để... bâng khuâng!

San Dimas! San Dimas! Thành phố khác
Cách tôi chỉ một nửa giờ xe...
Người ta đổi chỗ, đâu? Không báo!
Mình đến làm chi? Đến để về?

Tôi bâng khuâng vườn cây rưng rưng
Vườn ở đây mà hóa ra rừng
Có con nai lạc nằm nhai nắng
Nó đẹp làm sao! Lốm đốm bông...

Đời Đổi Thay Như Mây Với Ảnh Hình Thương Nhớ

Bây giờ thành phố tôi / những cây cao đã hết – số ít, bệnh, đã chết; số nhiều "phải" đốn theo...

Tuổi thành phố bao nhiêu? Chắc có người muốn hỏi? Dễ thôi, có người nói: Nó mới tròn sáu mươi...

Cây trồng hồi cái thời / tuổi khai sinh thành phố. Dĩ nhiên là chúng nhỏ / rồi lớn lên, lớn lên...

Chúng cao vượt trụ đèn (trụ đèn đều bằng gỗ). Chúng làm hẹp đường phố. Chúng bị nhiều vết thương...

Có nhiều cây yếu dần. Chúng bị sâu, bị kiến... Người ta nói cây bệnh. Người ta "xin" hạ cây...

Có khi mưa gió bay, vài cây to thật tội. Cây ngả, đường mất lối! Cây còn... thì tính thôi.

Thế là thôi... đổi thời! Thành phố trồng cây khác, cũng sẽ có bóng mát / mà không cao lêu nghêu!

Mười năm nay trong veo, trời còn xanh trước tối. Hàng cây tơ bối rối / hoàng hôn như mong manh...

*

Ôi những buổi chiều xanh, tôi muốn ôm thành phố...
Các em đều còn nhỏ – hơn tuổi của tôi nhiều...

Các em là Tình Yêu ngọt ngào hơn bánh ngọt...
nhưng có gì xót xót: Thu về rơi lá rơi...

Các em của tôi ơi... cõi đời nhiều kỳ ảo: người ta thì
thay áo, đường sá thì thay cây...

Đời đổi thay như mây... với ảnh hình thương nhớ!

Coi Như Xe Qua Đèo Rù Rì

Con chim song cửa(*) / buồn thuở nào đâu... Sao không bồ câu hỡi con chim nhỏ?

Em tìm nhánh cỏ / về lót ổ chăng? Ta gửi em trăng / về nhìn bóng Nguyệt...

Con chim bay miết / ta buồn, chim bay... Bóng chim như mây / có tan có hợp...

Nghĩ thầm mai, mốt / thấy chim bay về... Nhớ sao sơn khê / lối mòn lau lách...

Nhớ tiếng đạn giặc / xé rừng. Cũng bay... Từ Đông sang Tây / xoáy tròn trái đất...

Trái tim ta chật / tiếng đạn, tiếng hờn... Tiếng nào cũng sương / mơn mơn những tối...

Đường xưa lầy lội / con vạc vẫn đi... con người vẫn lì / oán thù quyết trả...

... về cho Ba Mạ... những người sinh con!

*

Ngọn núi Thái Sơn / nằm đâu hỡi Mạ? Con sông, sông Cả / chảy qua tỉnh nào?

Con sông ai đào / hai bờ sim tím...[**]. Tiếng chim ngất lịm / người Lính vô danh...

Mong manh mong manh... Câu thơ Tạ Ký / trái ổi xá lỵ / em cầm cắn đi...

Câu thơ, mấy khi, không nghe ai nhắc, mình thì se thắt... / thôi thì nhắc chơi...

"Hay là anh đến /
dòng mắt em xanh /
mong manh mong manh /
nửa chiều sơ nguyện...".[***]

Bóng chim tan biến... lòng còn sơn ca...

---

[*] *Bốn chữ này của Hoàng Anh Tuấn.*

[**] *Ca dao: "Muốn uống nước ngọt lên ngọn sông đào; muốn ăn sim chín thì vào rừng sâu!".*

[***] *Thơ Tạ Ký, khổ cuối của bài Sơ Nguyện.*

Mây Ơi Gió Thổi Bay Về Bắc Chầm Chậm Cho Tôi Nhắn Mấy Nhời

Hôm nay sao? Trời mưa hay nắng? 7am, mặt trời chưa lên! Mặt trời hôm nay ngủ quên? Có thể lắm vì đêm qua nóng thiệt. Mùa Hè mà, con dế mệt... không than! Trăng tỏa ánh vàng, mặt đường sáng chóa...

Hôm nay, ngày Tự Do nước Mỹ... cũng là ngày Lễ Lớn của năm, ai cũng nghĩ mình là công dân... và công chức thì cứ yên tâm dậy trễ. Khi mặt trời lên, lên cao, ngạo nghễ, nếu có mưa phùn thì đẹp biết bao nhiêu!

Ngày Tự Do có sáng có chiều... có thong thả dắt dìu đi phố, Mẹ Cha già thấy mình được nhỏ, con cháu cười... vì chúng đã Công Dân! Sẽ bắt tay nhau, sẽ nói chào mừng. Sẽ hỏi han: Ông, Bà, khỏe chớ? Rồi hỏi lại... giống như mình trả nợ. Một ngày Vui như Tết, dễ thương ơi...

Em của anh à... Michigan mây trôi, đây với đó... đường xa vợi vợi, anh nhớ em đi hoài chưa tới một ngày vui ngồi chải tóc cho em... Hai bàn chân ngà của em anh không quên / hôn từng ngón, hôn không bao hết!

*

Ngày hôm nay! Ngày Juneteeth! Ngày hôm nay... Ngày-Lính-Ngày-Xưa. Nhân ảnh mịt mờ... mả mồ lốp ngốp. Quê Hương mình mùa mưa... lộp độp, tiếng mưa hòa với tiếng phong linh... Gió Nồm réo từng mảng rừng xanh thương tật. Người ta phá rừng. Người ta xây cất... những ngôi nhà bóng loáng verni! Juneteeth bỏ đi... bỏ hết nhé... mùa Thu lá rụng! Anh nhớ em mơ hồ cái bóng, nhớ lại thơ Hàn Mạc Tử, buồn hiu: "Ở đây sương khói mờ nhân ảnh, ai biết tình ai có đậm đà?".

Chấp nhận đi xa, chấp nhận mất mát... Nếu gặp nhau, mình hôn nhau đến ngạt, mình khóc vùi, mình Hạnh Phúc, mình lau... những giọt lệ của mùa mưa rả rích... Sẽ không có chuyện gì cần giải thích. Mà giải thích chi? Một ngày như mọi ngày... Kiếm cho được niềm vui thì nhìn cờ bay Đất Khách! Nói như Hồ Dzếnh: "Mây ơi gió thổi bay về Bắc / chầm chậm cho tôi nhắn mấy nhời...".

Sông đã đổi! Núi đã dời. Lòng người ly tán...

Rừng Thông Đà Lạt Bây Giờ

Đà Lạt tôi... bây giờ / trông thấy sao mà thảm!
Wikipedia ngắm / nó, từ một góc nhìn nào?

Rừng thưa hơn hàng rào / người dân trồng so đũa!
Đà Lạt chắc nhiều gió? Nhiều cây bay... lên trời?

Tôi lăn theo lưng đồi... ôi chao là nước mắt! Thông
ngày xưa đâu mất, còn chớ, ít và thưa...

Thưa Em! Người trong mơ... bây giờ em, mây nhé...
Mây làm mưa đổ lệ, hạt thông lăn trở về...

Nhiều hạt núp dưới khe, nhiều hạt nương triền, dốc...
nhiều ngày ấm sẽ mọc / trên từng trang chiêm bao...

Em ơi, buồn nao nao! Mây qua Lào, qua Thái, qua Ấn
Độ đại hải... tấp vào Pakistan!

Ôi chao! Rừng Việt Nam cũng biết đường vượt biển!
Giống thuyền nan từng chuyến / đưa người Việt Nam
đi...

Buồn nào hơn chia ly? Mẹ – Chị – Em... hạt bụi! Một
niềm trăm, ngàn nỗi... một hơi phà: rượu cay![*]

*Tống Biệt Hành bay bay... bóng ngựa ô thiên lý... khói
lam chiều ở Mỹ... khói – sương mù – tuyết – băng...*

---

[*] *Tôi nhớ hao hao hai câu cuối của bài Tống Biệt Hành của Thâm Tâm. Xin đừng ai bắt tôi nhớ trọn vẹn một cái gì nữa ở cuối đời của tôi.*

Em Gửi Cho Anh Một Bức Hình

Hạ đỏ có chàng tới hỏi:
"Em thơ: Chị Đẹp em đâu?"

Huyền Kiêu

Em gửi cho anh một bức hình: hoa Quỳ em hái ở rừng xanh. Lòng anh một hướng bình minh đẹp, em ngụ ý rằng em-rất-xinh!

Anh nói là em – em-ngụ-ý. Biết mà con gái chỉ em thôi: cái nàng Công Chúa trong huyền sử, chăn gối phủ đầy lá, lá rơi...

Em, một vì sao rơi xuống núi, một nàng Tiên Nữ giữa Thiên Thai... Bên tai em suối ngàn êm ái, trong mộng em đùa mấy chú nai...

Có một chú nai, em "bắt buộc" mình đi hái tặng đóa hoa quỳ! Em à, anh đã quỳ Yêu Quý, em-một-em-mà-không-phải-ai!

*

Ôi những vì sao lấp lánh rừng, chàng nai áo mặc biếc ngàn thông... Thông reo Đà Lạt mình, em xếp... tấm thảm em nằm giữa Núi Sông!

Anh cỡi ngựa về muôn dặm khói, muôn dặm đèo sương, lũng trắng chiều, anh giữ gìn em từng tấc dạ, em là "Chị Đẹp" nắng trong veo...

Em ơi anh nói gì em biết anh-nói-rằng-em-rất-quý-yêu!

Ly Thủy Tinh Chưa Vỡ Thì Nắng Là Pha Lê

Tiểu Bang gì không mưa. Nắng thừa không ai hốt! Mà đâu ai dại dột, hốt nắng để làm chi?

Rồi sẽ đem bỏ đi xuống dòng sông trơ đáy? Và ngồi nhìn nắng chảy... lại nhớ Nước nhớ Non!

Nước Non là Quê Hương! Là Giang Sơn cẩm tú... Quê Hương mình đang ngủ (mình đang buổi sáng mai).

Không gà gáy ở đây... chỉ kim đồng hồ chạy... chỉ xe ngoài đường chạy... chạy! Chạy! Marathon!

Ai cũng vì miếng cơm, ai cũng vì manh áo... Có người chê vải, gạo, ăn bánh, mặc lụa là...

Gần mấy rồi cũng xa, đúng là trong gang tấc... xa xa đuôi. con mắt nheo nheo buồn câu thơ!

Hình như tôi ỡm ờ với tôi nghe cũng điệu! Ai biểu ai mắc chịu cái chào bên kia sông?

Em mặc áo màu hồng? Em mặc áo màu tím? Cái màu nào kỷ niệm Mạ xếp con cầm đi?

*

Nhớ thơ Hoàng Trúc Ly: "Ô hay con gái bay nhiều quá. Hai cánh tay mềm như cánh chim...". Quán vỉa hè không tên, chỉ bà Tư, cô Bốn... những con số không uổng cho nắng nhuộm má hồng...

Ai biểu em lấy chồng? Hãy đáp: Đừng hỏi nữa! Ly thủy tinh chưa vỡ thì nắng là pha lê...

Đà Lạt À Đà Lạt
Áng Mây Mờ Đêm Trăng

Đà Lạt... bây giờ đó!
Ngõ sầu hun hút sâu!
Ngàn trước rồi ngàn sau
nước chỉ lau mặt đá...

Nước có mòn núi cả
mà mòn có bao nhiêu!
Đà Lạt sáng rồi chiều
buồn hiu câu thiên cổ!

Lịch Sử đầy "sự cố"
người ngóng cổ kêu trời...
Trời thì ở có nơi
"Trong Biệt Điện Bảo Đại".

Người dân trăm tuổi dại
bây giờ nương bình tro...
Thời thế: Được làm Vua
ai thua cứ làm giặc!

Cái Còn và cái Mất
ba hồi chuông... vậy thôi!
Con gà vẫn trên ngôi
rất xưa... Nhà Thờ Lớn!

Chùa Linh Sơn gờn gợn
mây Lâm Viên hững hờ...
Đà Lạt còn nắng mưa
còn hồi Kinh vô vọng...

Nguyễn Tuân viết Vang Bóng
Một Thời thành Thiên Thu!
Tôi Xé Áo Sương Mù
Gói Hạt Sương Yêu Quý...

Tôi viết câu tỉ mỉ:
"Đà Lạt Anh Thương Mình"
Rồi... sau đó... Làm Thinh
buồn làm thơ cho thỏa...

Thỏa, mấy lần, lại xóa
bởi không câu nào thơm!
Đà Lạt đời áo cơm
lửa rơm... còn gì nữa?

Cái ly pha lê vỡ...
Giọt nắng vỡ bên thềm...
Ngõ sầu ai bước lên
êm êm giùm một chút!

Đà Lạt à quên nhắc
ngôi mộ của hai người:
Ông Nguyễn Hữu Hào ơi
còn trống không một huyệt!

Người chia tay đi hết...
Đời phân ly quá buồn!
Tôi vá lại màn sương
sao trái tim tôi rách?

Đà Lạt à Đà Lạt,
áng mây mờ đêm trăng...
Còn Chút Đó Phải Chăng
một-câu-thơ-vô-tự?

Sau Ngày Lễ Quốc Khánh Mỹ

Qua rồi đêm Đại Lễ... Ngày êm ả lại rồi... Vẫn chưa có mặt trời dù đã tám giờ sáng...

Ai cũng muốn ngủ nán... Chim không có gì ăn, có đậu xuống trên sân và đã bay đi hết...

Long Weekend dài thiệt! Ngày Chúa Nhật dài thêm! Nhà Thờ vẫn không quên rung rung hồi chuông sáng...

Sương mù tan từng tảng, có màu khói trong sương – xác pháo bông trên đường trở mình như hoa nở...

Lát nữa rồi, thành phố lại sạch như hôm qua! Lát nữa rồi, người ta lại xun xoe Chúa Nhật...

Mùa Hè, Cali nhất... vì không có mưa! Nhưng mà cái hanh khô làm người ta khó chịu...

Thì... cũng tại ai biểu sống chọn đây ở đời? Trách khéo đi rồi cười... nổi điên... Cảnh Sát bắt!

Chuyện gì cũng sự thật. Chuyện gì cũng qua đi. Tất cả... đều "mọi khi"... và xoa tay: kệ nó!

*

Đường, có người đi bộ, đi đôi hay một mình: Cây dọc phố vẫn xanh. Người ta tập thể dục!

Thương ghê những lời chúc: "Vui, khỏe hơn hôm qua!" Thương ghê những người già đi như bé lẫm đẫm...

Hoa công viên lấm chấm nụ hoa như nụ hôn... Ai chắc có hoảng hồn... thơ-hồn-nhiên-dễ-ghét!

Ai biểu chớ ai biết bắt người ta nhớ thương...

Gõ Thơ Chơi Trên Máy Tính

Sáng. Mở email xem: Không một mail nào đến. Mình vẫn luôn y hẹn: mình gửi chào mọi người. Mọi người còn ngoài khơi, còn trong lòng biển lớn? Mặt trời lên nắng cuộn nở ra từng nụ hoa... Lòng mình vui nở ra, sao trái tim chỉ một?

Không một lời thưa thốt. Nắng bình minh trong suốt, trưa không mưa, trong veo? Hình như mình đăm chiêu nếu mà có ai thấy... thì vẫn dòng nước chảy – dòng sông trôi thê lương... câu thơ của Thế Viên như con suối lạnh lẽo vỡ nguồn đi quanh co!

Đó là một ý thơ bỗng dưng mình bắt được, kéo dài ra một thước... thẳng đuột nha thời gian!

*

Sáng. Rồi buổi sáng tàn, trưa nắng ngang đầu ngõ, chiều cong cong ngọn cỏ... Ngọn cỏ mặc gió đùa. Cỏ không biết làm thơ nhưng thơ thường có cỏ! Em à, tôi lại nhớ áo dài em phất phơ... Cánh cổng ngôi trường xưa mở ra rồi khép lại. Bà Cai trường môi tái, Đà Lạt tháng Chạp đang...

Tôi rẽ xe đi ngang qua con đường lên dốc, nhìn Đà Lạt dưới vực, nhà tôi, xa, trên đồi. Ôi những ngày mây trôi - những ngày thường Chúa Nhật, tôi nhìn trên cao, chóp, chuông Nhà Thờ bay bay... Tôi không làm dấu tay... vì tôi không có Đạo. Tôi lại nhớ tà áo, em, phất phơ, bay bay...

Thơ tôi thật không hay! Chữ Bay thường điệp tự, như buổi sáng nãy đó... bạn bè đều bỏ tôi!

Tôi thật sự mồ côi? Nó giống mái tóc rối chải mấy rồi cũng xoăn? Nó giống lá Thu vàng tháng Mười còn sót rụng? Năm mươi năm tiếng súng... còn lại tiếng thở dài. Các em đâu còn ai? Nhớ Thầy, email gửi... Xa rồi những con suối! Xa rồi những con sông!

... gần là cái viển vông! Mà viễn thì... là xa ngái!

Coi Như Buồn Tha Thướt
Tiễn Người Về Thiên Thu

Một ca sĩ qua đời, người ta thương khóc thảm!
"Cô ấy dễ thương lắm" – một câu đủ giãi bày?
Đời như bóng mây bay... Giọt nắng bên thềm tắt.
Còn lại vũng nước mắt. Mưa sa sa trong lòng...

Thôi thì những đóa hồng nhớ nhau thời xa xứ!
Thôi thì một chút gió thổi cho nhang khói bay...
Vũ Hoàng Chương hồi say chắc yêu ai cũng vậy?
"Kiều Thu hề Tố hỡi em nghiêng chân rốn bể mà xem lửa bùng!"

Kiều Thu là Kiều Nga phải không?
Hỡi chín phương lòng, mười phương trời với biển...
Một người mà quyến luyến muôn người buồn bâng khuâng!
Kiều Nga thời Thanh Xuân... bây giờ từng nốt nhạc...

Tiễn người đi, tiếng hát nhẹ nhàng bay áo bay...
Coi như tay cầm tay nụ hôn mừng đã vuột...
Coi như buồn tha thướt...
Tiễn người về Thiên Thu!

*

Tháng Bảy trời mưa Ngâu
Có con sông thật sâu, có mái lầu cao ngất...
Có mây vờn như tóc... Tóc đờ mi gạc xon...
Thương thật chớ Thanh Xuân cô em cười nhí nhảnh!

Bây giờ, nấm mồ lạnh,
bình nhang...
hương ngát hoa...
Kiều Thu hay Kiều Nga, Thúy Kiều thương. Đứt ruột!

Cái Gì Đọng Lòng Người Thường Từ Bàn Tay Nắm

Hình như người ta vui khi thấy hoa nở nhiều? Tháng Bảy, nắng buồn hiu, không mùa hoa nào cả...

Chuyện bình thường không lạ, chỉ lạ là không thương! Cái tháng Bảy tháng buồn, nói vậy cho nhẹ óc...

Cái óc không biết khóc... mà chi biết so đo! Không có ai tơ mơ từ cái đầu mình, há?

Chuyện đó dành cho lá vì lá rồi vàng rơi... Cái gì đọng lòng người... thường từ bàn tay nắm?

Em à, em xa lắm, anh nắm em... nắng, mưa! Biển nào mà có bờ chắc anh bồng em, được?

*

Đâu cũng trời, mây, nước. Nước lạ, người thì dưng! Nhiều khi nén chặt lòng: bảo mình đừng thương nhớ...

Lòng không phải con ngựa, mà lòng – Không có cương! Thì... đại lộ thời gian cứ mênh mang vô tận!

Đã nhiều cơn địa chấn, nhẹ quá, chỉ rung rung... Nhiều khi đứng nhìn rừng. Rừng là rừng... thăm thẳm!

Hái đóa quỳ ngồi ngắm cái màu vàng đế vương... Nhớ ông Phật Vô Thường. Thương Ông Chúa Cát Bụi...

Nghe trong gió, em nói, tiếng buồn vang trong mây... Siết chặt hai bàn tay nghe ngón út bật khóc...

Em Ơi
Cầm Lược Chải Suối Tóc Của Em Đi

Mấy hôm nay ngồ ngộ: 5 giờ sáng Bình Minh. Hé mắt là giật mình, coi lại đồng hồ... đứng? Thưa không! Chỉ đứng chựng chớ nó chạy bình thường. Dưới bóng vầng Thái Dương màn sương mỏng rồi lợt...

Nhớ Nguyễn Du... trớt quớt: *"Lối mòn cỏ lợt màu sương. Lòng quê đi một bước đường một đau!"*, Hai Thế Kỷ chụm đầu, hình như thời gian khóc? Năm mươi năm lúc thúc như lính thời băng rừng, như tù đứng ngó sông... và sông nào cũng chảy!

Trong con mắt mình, đấy! Nước mắt là thời gian! Tôi dậy xếp tấm chăn, cầm khăn đi rửa mặt. Lòng dặn: quên! Quên phút "mình một thuở lao lung". Trong lỗ tai lùng bùng... tiếng gà xưa xa lắm... Ở Mỹ người ta cấm nuôi gà, tránh tiếng ồn! Không lệnh cấm tiếng buồn! Ôi Thơ thật hạnh phúc...

*

Tôi nghĩ tới mái tóc... Má tôi gửi cho Chùa. Má biết Phật cũng thua, thì nguyện cầu may... thắng? Tuổi tám mươi còn nắng, tuổi tám mươi còn mưa! Tấm lưng vẫn mong chờ một ngày nằm thật thẳng trên giường trải chiếu sẵn, trên bộ ván Việt Nam! Má tôi đã theo nhang ra cánh đồng bát ngát... Bà Ngoại bồng Má hát những bài ru... hồi xưa!

Thương quá nha bài thơ sáng nay tôi làm vậy! Buồn mà cầm muỗng khuấy như khuấy cháo, chắc ngon! Một bữa cháo, hai bữa cơm... Cảm ơn đời vong quốc!

Em à, em đừng khóc, chải tóc của em đi!

Có Mấy Hàng Chữ Nghiêng

Mở máy ra. Trống rỗng. Không có một email! Bạn bè tuổi về chiều, chẳng ai còn tha thiết?

Mình gửi thăm bạn riết mình như kẻ nghèo nàn ngửa bàn tay van lơn chẳng móc mưa nào đậu!

Có thể là mình xấu nên bạn bè lánh xa? Gần mực, ai gần ha? Gần đèn? Đèn dọc phố!

Phải chi mưa còn đỡ, thấy đèn mờ, mờ mờ... Phải chi có câu thơ nhẩm nha ngồi chép lại...

Thời, nghiêm, quay bên trái, trước bước đi một hai. Không một ai ngó ai... chỉ kề vai sát cánh...

Mặt thằng nào cũng lạnh! Đúng là mặt đồng tiền! Thời tuổi trẻ thời ghiền ngồi cà phê ngó khói...

Mấy mươi năm đời đổi chắc mình cũng đổi thay? Ở nhỉ nay chỗ này... mai, lên đường, chỗ khác...

Giẫm lên nhiều tan nát, giẫm cả lòng mình sao? Rừng sâu gió thì thào... Sống làm chi không biết!

Mà sống hoài sống miết. Rồi cỏ biếc cỏ vàng... Nhìn mây bay lang thang... Nhìn màn hình: trống rỗng!

Mất hình thì mất bóng! Mất núi sông mất người! Gọi chỉ còn tiếng ơi và không nghe ới lại...

Quê Hương nhớ cái mái / tranh và giọt mưa rơi! Soi gương nhớ cái thời / nằm nôi. Và tuyệt vọng!

Ơi bạn ta đầu sóng vững chèo về chân mây!
Ơi các em chân mày phai thì tô lại chút!

*

Bảng trường xưa bỗng đục / rồi hiện lại trong sương... Có người ngang cổng trường. Đi ngang thời cổ tích!

Anh Hứng Thơ Nước Mắt Hứng Tóc Huyền Của Em

Ngày cũ là ngày nhớ, ngày mới là ngày mừng... Nghĩ vậy, lòng sáng trưng: Thời Gian Là Hơi Thở!

Em nhìn kìa: hoa nở. Hoa giống em: hoa hồng. Mình hái hoa thả sông, em thấy: Thời Gian chảy!

Em à, em còn thấy Thời Gian là còn Vui. Mình hãy còn yêu đời... vì đời trong Vũ Trụ!

Cái gì mà Tạo Hóa tạo ra cũng đều vui. Người tạo chữ Bùi Ngùi... ai biểu người tạo chớ?

Anh hay nhìn hoa nở để anh nhớ về em! Bài hát Nắng Bên Thềm... Em ơi, em hoa nắng!

*

Thời gian không xa vắng! Không xa vắng bao giờ! Thế giới này toàn Thơ vì có em hiện diện...

Mình không thấy sóng điện... nhưng mình thấy nao nao sóng hôm nào biển động.

Sóng thế nào, cũng sóng... êm ả là sóng lòng. Đẹp nhất là hoa hồng. Thơm nhất: Môi Em Nhé!

Dẫu nhiều người gạt lệ... Hai Thế Kỷ đi qua...
Dẫu nhiều người xót xa... Năm mươi năm lãng phí...

Mình cũng buồn, em nhỉ? Biết làm sao làm sao... Nước mắt tự nhiên trào nhớ Bà Huyện Thanh Quan lắm:

"Bước tới Đèo Ngang bóng xế tà, cỏ cây chen đá lá chen hoa...". Em, anh đều xót xa... khi không mà Cố Lý...

Con đường tre thành lũy, Em Thần Tượng của anh... Khói lam chiều... xanh xanh... khói xây thành Tổ Quốc!

Anh hứng thơ nước mắt vuốt tóc huyền của em...

Chim Cardinal Bay
Chuông Nhà Thờ Để Lại

California mùa Hè, sáng sớm trời mát lạnh. Thành phố còn lấp lánh ánh đèn vàng soi đường...

Người ta còn ngủ ngon (không kể người làm sớm). Thành phố: Thành Phố hoang. Tiếng chuông buông cho có...

Thương quá nha thành phố/ giang san người hững hờ... Chính quyền, dân đều ngơ: "Sắp đặt chi cho mệt?"

Thành phố không ai ghét/ ngọn cỏ và nhành cây. Người ta tỉa thẳng ngay/ như uốn nắn đường vậy...

Xưa thấy, nay còn thấy / cái trật tự... tự nhiên. Ai cũng muốn bình yên. Ai cũng thèm ngủ nán...

Ai cũng muốn lãng mạn... ngủ trên từng bài thơ?

*

Khi mà trời sắp trưa... mấy câu thơ trên, bỏ. Mùa Hè nắng và gió, mùa Hè lại khô ran?

Chị Đẹp sẽ chọn khăn để choàng ra đồng, chắc? Tôi lại nhớ ánh mắt của em thơ thơ ngây...

"Chị đẹp đi đằng Tây, sao anh tìm đằng Bắc?". Tôi sẽ nâng cái mặt của thằng bé dễ thương...

Tôi nghĩ ai tóc vương... vương về ngày mùa Hạ. Tôi sẽ hôn đôi má má-phính-tuổi-mười-ba...

Em à, anh thiết tha nhắc tới em hằng bữa. Bao giờ mây ngang cửa áo dài bay theo mây...

Chim Cardinal bay...
Chuông Nhà Thờ để lại...

Cho Tôi Cầm Nỗi Nhớ

Mươi ngày nữa tháng Tám, sáng xé lịch, ngó trời...
Không một áng mây trôi! Không tiếng chim nào hót...

Trời lành lạnh, chưa ngọt... có lẽ bão ở đâu? Mưa
không thấy qua cầu, nước vẫn xuôi đường nước...

Mùa Hạ vẫn đếm bước, chầm chậm có khác thường.
Nhưng một chút thương thương, tôi vuốt tóc của bé.

"Em thơ! Anh gọi khẽ: Chị đẹp của em đâu?". Bé khẽ
nghiêng cái đầu. Bé không nghe, không đáp...

Tôi ra sân mở nước, tưới mấy bụi hoa hồng. Có con
bướm bên sông về thăm vườn thật sớm...

Mặt trời chắc dậy muộn, tôi hôn vài nụ hoa... Con
bướm không xuýt xoa. Con bướm không giận lẫy...

Đôi cánh bướm nhấp nháy, cành này rồi nhánh kia...
Và chúng tôi cùng chia... cái hương màu tóc rối!

*

Bạn ơi thơ tôi lội trong mắt đẹp Chị mà... Khăn thắm Chị bay kia... vệt nắng hồng ngoài nội!

Bạn ơi, nghe tôi nói: "Tình Đẹp là Tình Mơ!". Đừng bắt nhé học trò phải giải bài toán khó...

Chúng ta hãy cứ nhỏ, sánh bằng vai bé thơ...
Chúng ta hãy là hoa ghẹo đùa con bươm bướm,
Nghe Kiều Thệ Thủy kể chuyện:
"Tôi thất tình đi hôn lá hoa bước lang thang giữa xứ sương nhòa..."

Tôi nhớ Đà Lạt ha? Cho tôi cầm nỗi nhớ! Tôi muốn đi trong phố, phố Đà Lạt đầy sương...

Bầy Quạ Còn Bây Giờ

Bầy quạ còn bây giờ / bốn, năm con, nhiều nhất! Nắng, đuổi chúng bay mất? Bao giờ mưa lại về?

Muôn dặm dài lê thê! Quạ dám về Nam Mỹ... đây, đó, đường thiên lý. Tưởng tượng. Buồn. Nao nao...

Biển Mỹ không cù lao. Cuba thì xa lắm. Hawaii thăm thẳm. Alaska giá băng...

Tưởng tượng mà bâng khuâng! Mỹ ít rừng ít rú. Nhiều đồi hoang không đủ... đồng thì chim cứ bay!

Đường chim bay vô tận!

Sao tôi hay lẩn cẩn? Nhớ chim như nhớ người! Người nào không xa xôi? Kể cả người yêu quý!

Mới mà hai Thế Kỷ! Có ai ngờ không ai? Một ngày thôi, đã dài! Năm mốt năm rồi đó...

Thời gian không có cửa... chỉ có gió! Gió thôi. Gió thổi hết mây trôi. Gió thổi hết mây trôi...

*

Tôi thở buồn theo gió / chải xuôi xuôi bờ cỏ, xào xạc bức tường hoa, phôi pha màu mái ngói...

Rồi có ngày tôi đợi... một con quạ bay về?

Rồi... muôn dặm sơn khê, mây rối rồi ai chải?

Tôi nhớ ai mười bảy / buồn nhiều mấy tỉ năm?

Ảnh: HQ

Hãy Hồn Nhiên Như Cỏ Như Hoa

Hoa nào thì cũng đẹp... Hãy nói thế cho vui! Bạn thử đi lên đồi / nhìn Nước Non mình chút: Bạn thấy đó, Tổ Quốc / dẫu đây không nguy nga / nhưng nó là Sơn Hà / có cỏ hoa tô điểm...

Đi sâu vào núi hiểm, cũng thấy cỏ hoa nha! Không thấy cửa thấy nhà, không thấy người thấp thoáng / vài con nai lảng vảng, vài con chim bay bay... Vẫn Nam Bắc Đông Tây / khi bạn nhìn phương hướng... Hai chân bạn có vướng... cỏ hoa, vui cứ đi! Chắc chắn bạn ngất ngây / thấy sương mù như lụa / nhớ Mạ thời con gái / nhớ Ba thời... phong lưu / thấy dòng nước chảy xuôi / thấy ai ngồi gội tóc...

Bạn ơi, mình hạnh phúc là còn thấy Cỏ, Hoa...
Nụ hoa thì kiêu sa,
Nhánh cỏ thì mướt rượt,
Hai cánh tay là thước, bạn đo đi không gian!

*

Ôi không gian thời gian / luôn luôn Trời đùm bọc / cho đời chữ Hạnh Phúc / vẽ bằng sơn bình minh / vuốt đầu trưa bóng nắng, chiều đứng ngắm hoàng hôn... Chữ Hoàng Hôn có Hồn – đấy, Hồn Nhiên Yêu Quý!

Bài thơ này, một tí, anh, Thương Nhớ Gửi Em!

Những Con Chim Lung Linh Bay Như Mây Long Lanh Tan

Nắng đến nỗi chim không về thành phố,
chim đi đâu? Rừng ở đây rất xa!
chim đi đâu? Những cánh đồng bao la,
xe chạy qua, chạy hoài chưa hết bắp?

Nắng đến nỗi... nhìn chỗ nào cũng ngập.
Nắng như từng ngăn nắp của building
Những hàng cây thẳng tắp vẫn màu xanh,
nhưng nắng rọi là tan tành như bụi!

Người đi làm khi đầu ngày còn tối.
Xa lộ nhiều vừa đủ để xe đi...
Trong thành phố nhiều bảng cấm để chi?
Ai cũng biết – Luật Đi Đường – phải biết!

Sáng thức dậy, không thấy chim – sự thiệt!
Kim đồng hồ thì chỉ chín giờ hơn!
Thứ Bảy hay Chúa Nhật nhờ tiếng chuông
Người ta thức sớm hơn và Giáo Đường... chỗ tới!

Những Thầy Chùa vẫn nhịp chuông và đợi.
Những tờ báo in xong để trong thùng, hay hay...
Nhiều người ngó vào, không động cánh tay,
Ít người ngó vào, nhét một đô, lấy đọc...

Vài người con gái đứng bên đường chải tóc,
Vài chú nhóc chạy trên lề đường hoan hô mùa Hè,
ba, bốn, năm tháng Hè chim chóc vắng hoe,
người ta đi ra biển hay lên núi chơi nếu thích...

*

Rất ít người dư thời gian ngồi vọc
đống thời gian mà họ bảo Khối Gia Tài,
Cũng rất ít người làm thơ để cho ai
nếu phải đọc thì chê thơ quá dở...

Tôi lạc lõng, cả tuổi đời, lớ ngớ...
nếu có ngày ra phố sớm, cà phê...
nghe bàn cạnh bên người ta sắp đặt chuyện về,
tôi cảm nhận hố chia ly trong lòng tôi càng rộng!

Những con chim, những con chim, những hình, những bóng, lung linh bay như mây long lanh tan...

Đời C' Est La Vie

Khi hoa nở buổi sáng
rồi buổi chiều nó tàn
tên nó: Hoa Phù Dung
và người ta cười nhạt!

Khi mây hiện núi Bắc
gió thổi về hướng Tây,
đường xa mây bớt dày
thành Phù Vân, hết thấy!

Cái chữ Phù, hay nhỉ
như Phù Thịnh, Phù Suy
theo thời thế thì tùy...
có Tùy Cơ Ứng Biến!

Có người cầm báo liệng
vào thùng rác không thương
ổng nói Báo toàn buồn
toàn chuyện xe cán chó!

*

Có người, mặt nhăn nhó
vuốt cái thành Dung Nhan!
Ngắm nghía mình trong gương
hài lòng về tất cả...

Tôi nâng niu chiếc lá
Lá của cây Bồ Đề
Tôi thấy mình đê mê,
Tôi thấy mình là Phật!

Dang tay, nào ai bắt
được nhỉ áng Phù Vân?

Mây Buổi Mai Nhè Nhẹ Vờn Vờn Qua Cửa Sổ

Nắng thức dậy trước mặt trời, lạ thiệt... Sáng hôm nay, như vậy: chẳng bình minh? Câu thơ ư? Tôi trét cái bực mình lên chữ nghĩa, lên mặt tôi nhày nhụa?

Nắng hôm nay không là nắng lụa... mà nắng kỳ như tấm vải dệt thô! Như cái hoa ai biểu nở bên mồ... trông héo hắt như mắt người chinh phụ!

Năm mươi năm hơn, Thím Bảy tôi chờ Chú Bảy về, không có! Tin đưa qua: "Thím Bảy mất rồi anh!". Nắng long lanh, long lanh, thư của em tôi nhạt nhòa mực tím...

Người trong nước Ta vẫn còn nguyên kỷ niệm: Mực học trò, tím ngắt, thấy buồn ghê! Năm mươi năm hơn buồn mãi mãi đề huề, hai cái chữ Quê Hương đừng viết nha – buồn lắm...

Bài thơ tôi lấy tựa đề là Nắng, chỗ Tựa, Tùy... bài Tùy Bút bằng Thơ! Tôi có cầu xin chắc chắn sẽ không mưa... dù vài giọt, mắt tôi thừa nước hồ Xuân Hương Đà Lạt!

Tôi nhớ quá đi chiếc xe đò về Trại Mát.

Tôi nhớ quá đi, chiếc xe đó xuống Phan Rang... Tôi sẽ ngang Ba Ngòi, tôi không ghé Cam Ranh; nơi tôi đến: Quận Lỵ Thành Diên Khánh! Trại Nhập Ngũ số Hai mát lạnh từng người con trai ngồi bệt trên xi măng...

Năm mươi năm hơn... Mây buổi mai nhè nhẹ vờn, vờn qua cửa sổ!

Mưa Không Hề Có Thật Mùa Hè Ở Cali

Chim không về đây nữa. Nắng đuổi luôn cả mây...
Mặt trời mọc hướng Tây? Nóng quá đi là nóng!

Hàng cây không lay động. Đâu có gió mà mơ! Năm nay... tất cả thua: Mùa Hè hai tháng Sáu!

Năm nay có nhiều bão, năm, bảy cơn không chừng...
Chùa, Nhà Thờ không ngưng những hồi chuông cầu nguyện!

Người gặp người hóng chuyện: Khí hậu thay đổi rồi!
Không ai trách ông Trời... bởi Trời luôn cao cả!

Người ta xoa hai má, người ta vẫn dễ thương... Hãy nghĩ thế, không buồn: còn thấy nhau, còn sống...

Tôi nhìn trời lồng lộng, chim không có chim bay...
Mình chỉ đi đó, đi đây, quẩn quanh trong thành phố...

Không ra chi xa lộ: nắng như dòng sông trôi!

*

Nhắc sông, nhớ núi ơi, Đà Lạt mình vẫn mát... hay rừng thông thưa thớt, nắng Phan Rang bay lên?

Đà Lạt mình, chim, chim, có về sân trường cũ?
Nhớ biết bao trường Nữ, các em, bầy Sơn Ca...

Năm mươi năm tôi xa, Đà Lạt tôi... chừng đó! Tà áo dài trong gió. Cái nón lá nắng, mưa...

Nếu bây giờ giương ô nghe giọt mưa lốp đốp. Con đường xưa quen thuộc. Mưa bay bay thì sao?

Mưa bay trên bờ rào... Hỡi ơi mưa nước mắt! Mưa không hề có thật mùa Hè ở Cali!

Bon Matin Hôm Nay

Sáng hôm nay giống giống / sáng hôm qua! Nắng rồi!
Mới có năm giờ thôi, chim hót lời chào sáng!
Mặt trời thật lãng mạn, nắng lao xao màu hồng...
Trời có thể sẽ trong. Rất trong. Và rất nóng...

Mùa Hè mà! Hy vọng: Mưa... Chắc không có đâu!
Nước vẫn chảy qua cầu, mây đầu non rất nhạt...
Chút gió thôi, man mát, ngày mới thế là hiền!
Chắc chắn em có duyên, hôn em, chào Ngày Mới...

Đường đi nào... cũng tới / là con đường Thời Gian!
Đại lộ đó thênh thang, mình choàng vai là chật...
Anh chải em suối tóc. Gió len lỏi ngàn thông...
Đà Lạt rừng ơi rừng... thưa rừng còn núi đứng...

Còn chúng mình, cái bóng... nằm mắc võng trong thơ!
Anh nghĩ đến buổi trưa, không gian mờ mờ ảo...
Anh hôn em tà áo... hứa lòng: Không Ăn Gian!
... cho em đừng hoang mang! Cho thơ còn bất tận!

*

Bình mình, trời rải nắng. Nắng hồng như môi em...
Nụ hoa hồng làm duyên... và em cười thật đẹp!
Anh nghĩ tới đó, hết. Bài thơ này cầm hôn...
Hôn em ở đầu non... Hôn em từ cuối biển...

Quê Hương – Niềm Xao Xuyến... tưởng mình đang bên nhau!
Buổi sáng đâu cũng màu – cái màu hồng thân ái...
Cũng tại em, Con Gái – anh thể chê Giai Nhân...
Em à, em biết không... Em à, yêu Quý Em!

Ngọn Cỏ Gió Đùa

Mặt trời hồi tối ngủ chắc không ngon giấc đâu... Năm giờ sáng bụi lau trắng một màu hoa nở...

Rồi hoa hồng, hoa huệ... tiếp theo, nở tiếp theo! Chắc hoa sợ buổi chiều đến nhanh như buổi sáng?

Người người còn ngủ nán... giống Hàn Mạc Tử chăng? Không tiếng thơ ngâm tràn, không chim nào vỗ cánh! (*)

Nước Mỹ vẫn kiêu hãnh: "Tao khác Quê Hương mày!". Kìa nó dang hai tay, kia nó tập thể dục...

Nó gặp ai cũng Good... Và người ta đáp thôi... Ngày chớp mắt đã vui! Người thì... chạy tại chỗ!

Mười lăm phút đáng nhớ! Mười lăm phút một ngày! Đời thật vui lắm thay, chia tay còn ríu rít!

*

Tôi đứng thở và hít không khí thơ của tôi. Tôi nhận những nụ cười và cho lại, không giữ...

Hoa hồng nở, hoa huệ nở, không phải của riêng ai! Chỉ ngày ngắn hay dài ai nghĩ sao cứ nghĩ...

Hai mươi mốt Thế Kỷ, một chuyến tàu tốc hành. Đang chuyển động là nhanh. Đứng yên là lùi lại...

Nước non mình đang vậy và đã vậy lâu nay! Mỗi giọt nắng trên tay... té ra là nước mắt!

Người mình xây tượng thật... mà tác giả... ngộ heng! Tôi chưa nghe ai khuyên "Tác Giả Nên Tác Thật!".

Tôi chỉ biết ông Phật: "Phật không tu trong Chùa!". Chuyện hôm qua buồn cười: "Chùa Điều Ngự Sự Cố".

Sáng sớm tôi nhìn cỏ: Cỏ mơn man gió đùa!

(*) *Thơ Hàn Mạc Tử:*
"Nằm gắng cũng không thành mộng được,
Ngâm tràn cho đỡ chút buồn thôi!"

Mơ Theo Trăng Và Vơ Vẩn Cùng Mây

Lát nữa... rồi sao không biết? Có gì lấp khoảng trống trơn? Không lẽ cứ ngó mù sương và giận tại mình dậy sớm!

Coi như mình không ngủ muộn. Năm, mười tiếng, đủ một đêm? Chờ cả thành phố tắt đèn. Chờ sao trên trời lặn hết...

Những con chim dễ ghét, nắng đuổi chúng đi về rừng... Ở đâu chúng nhảy tưng tưng, chúng như học trò mình nhỉ?

Thành phố không nghe ngựa hí... đến tiếng còi xe, cũng không? Bực nhất những lúc đường đông, xe cứu thương kêu inh ỏi...

Sáng sớm, không nghe ai nói... "Tránh đường cho xe cứu thương!". Mỗi ngày mỗi ngày bình thường. Tiếng chuông giáo đường cứ rụng!

Ôi chao buồn đong mấy thúng để cô gái Hời đội đi? Cũng nhớ cái mặt cô chi, không phấn không son đẹp quá...

Người đi tu hành mặc cả đời mình với lá với hoa... ước mong cuộc sống thái hòa... nhạt nhòa đời mình cũng được!

*

Hồi nhỏ tôi thương Bà Phước... bởi vì bà nào cũng hiền! Lớn lên thấy mình vô duyên: "Người ta là sơ chớ bộ!".

Làm bài thơ xong tôi bỏ vào thùng thư cho bướm tha đi...

Làm xong bài thơ sáng nay, ngó ra vườn không thấy bướm!

Ném nha cho người yêu lượm cho mình nhẹ chút ăn năn... Mai mốt hết Hạ rồi Xuân ráng tìm em thơ mà hỏi:
"Em ơi Chị xinh có đợi anh về hiu hắt tàn binh?"

Em À
Tờ Giấy Có Ai Phơi

Mấy hôm nay nắng hoa thưa thớt
bươm bướm không về, hoa xót xa
có lẽ hoa như người viễn xứ
thấy buồn hiu quạnh rất bao la?

Mấy hôm nay nắng, nóng thay màu,
cây lá xanh rồi lợt rất mau;
người có thay lòng hay đổi dạ
mỗi lần thay đổi chắc nghe đau?

Tôi nâng tờ giấy hôn phơn phớt
rồi xếp giấy thành chiếc máy bay...
tôi thấy vui vui mình nhỏ lại
như trời vừa mỏng mấy chùm mây!

Ở nhỉ nếu mình đang lớp Một
vườn hoa Đồng Ấu ở đây nha,
với tôi cùng với bầy bươm bướm
người, bướm ơi, vườn hoa ha ha...

Không thể! Có ai mà nhỏ lại?
Nhiều Thầy Cô Giáo đã già nua...
bao nhiêu năm tháng và dâu biển
Non Nước mình ai thắng ai thua?

*

Tôi ra vườn chơi trưa nắng nhiều...
không ai bè bạn, cảnh đìu hiu!
Nhớ sao Lính tản trên đồi nắng
hồi đó trưa này lâu bao nhiêu?

Hỏi con bươm bướm, nó không nghe,
nó chớp cánh bay nắng xập xòe,
nó lẩn trong vườn, bay mất hút,
nó là chim hay mây lê thê?

Tôi hôn tờ giấy – tờ giấy khác!
Tôi hôn bàn tay – bàn tay tôi.
Tôi nhớ tới ai, tôi hỏi nhỏ:
"Em à, tờ giấy có ai phơi?".

Ôi phơi... xưa, áo phơi bờ giậu
Mẹ ở trong thơ Lưu Trọng Lư... (*)
Nắng đang không cũ mà không mới
Em ở lòng anh nắng rất xưa...

(*) *Thơ Lưu Trọng Lư":*
Tôi nhớ Me tôi, thuở thiếu thời
lúc Người còn sống, tôi lên mười;
mỗi lần nắng mới reo ngoài nội
áo đỏ Người đem trước giậu phơi...

Chào Tháng Tám

Tháng Tám xam xám mù sương, bạn có ra đường để thấy thế không? Mưa chăng? Sao sáng không hồng? Mặt trời còn ngủ trong rừng chờ mưa?

Thu rồi hay Hạ vẫn chưa, xe bus vẫn đậu nó chờ học sinh! Ba tháng Hè, nó rộng rinh, bạn lên không, ngắm cái tình quạnh hiu?

Tôi mong nghe bạn nói nhiều, hơn một câu nhé, mình chào mình đi... Con đường, những kẻ vô vi, thuở Xuân xanh, tuổi dậy thì không theo...

Hôm qua ai đó diễm kiều, hôm nay ngộ nhỉ ít nhiều phai phai... Tháng Tám này cũng tháng dài tiếp theo tháng Bảy, một ngày có thêm!

Người yêu nói với... người em: "Mình lên rừng hái trái sim đem về, dẫu gì đây cũng còn quê, còn ca dao chút não nề nha cưng?" (*)

*

Sáng tôi đứng ngó núi rừng, gần như trước mặt dấu chân xa vời... Một bầy chim chắc không vui? Chúng bay. Không đậu. Nhà người xanh rêu...

Tôi làm thơ... giống như liều, ném ra con chữ mơ chiều tháng Giêng!

(*) *Ca Dao: Muốn tắm mát, lên ngọn sông Đào, muốn ăn sim chín thì vào rừng sâu...*

Cali Một Phía Biển Nó Hướng Về Việt Nam

Tay bưng đĩa muối chén gừng,
Gừng cay muối mặn xin đừng quên nhau!

Mặt trời vẫn chói chang trong những ngày mùa Hạ. Cali vẫn rất lạ trong cái nóng thường ngày... khi có ai đến đây từ nơi nào mát mẻ!

Cali là bến ghé của con thuyền nhận hàng. Của ai Bắc về Nam áo thênh thang lộng gió... Nó không có cổ độ. Nó không hề chia tay. Nó chỉ nói tình ai là Núi Non để lại...

Anh nhớ em mãi mãi... phải chi em có về... bềnh bồng sóng tóc thề trên đôi vai đầy nắng...

Em à đây muối mặn... thấy cả trong bánh mì... người ta làm để khoe ít nhiều niềm lưu luyến!

Cali một phía biển nó hướng về Việt Nam, nó hướng về dễ thương. Anh nhớ em Trời ạ!

*

Buông câu thơ kỳ quá. Và một chiếc lá bay. Và đường hai hàng cây ngẩn ngơ... ngày nắng sớm!

Hình như chim vui sướng chúng bay vào công viên. Có cô bé làm duyên giống em thời nũng nịu!

Hình như anh níu...
Áo dài em phất phơ...
Hình như có câu thơ anh làm thiếu một chữ?

Tôi Cứ Làm Thơ Không Phải Thơ

Ngủ hết một đêm, ngày lại mới, cõi đời như mới đặt chân lên... thấy sương trước mặt đèn chưa tắt, chưa thấy mặt trời nghĩ vẫn đêm!

Không tiếng gà mai. Không tiếng xe... Êm ru. Ngủ tiếp chẳng ai chê! Mỹ mà, phải chín hay trưa trật, yên nghỉ: đời đâu có chuyện chi?

Đang lúc mùa Hè, không trẻ nít đứng chờ xe bus để leo lên... Mình không ngủ được, nhìn hiu quạnh. Đường có người đi, không ai quen!

Nấu ấm nước sôi,
pha nhúm trà...
để gần trước mặt, khói bay xa...
Vậy thôi! Mình cũng còn mai sáng, còn nhớ trong lòng... hai Thế Kỷ qua!

*

Ồ! Mới mà hai Thế Kỷ. Mới mà thằng Lính chỉ già thôi... sao lòng con nít, ăn không lớn? Đốt thuốc, nhìn đâu cũng ngậm ngùi...

Khi trẻ lấy khăn lau súng đạn.
Lúc già, lau mặt mắt không khô!
Năm mươi năm đợi câu Hòa Hợp...
Làm một bài Thơ... chẳng phải Thơ!

Mỗi Ngày Là Một Ngày Qua

Mỗi ngày là một ngày qua,
như hoa... sáng nở, chiều tà... thì phai.

Có hoa chỉ có một ngày,
có hoa... mình nhớ hoài hoài Thiên Thu!

Hoa ơi có dám nói ừ
để cho tôi nhớ hoa từ công viên?

Có người nhìn hoa rồi khen.
Tôi nhìn hoa thấy nụ Duyên nở thầm...

Có con bướm ghé vườn thăm
hoa hay tôi nhỉ? Mình thân mến mà...

*

Gió rồi... đuổi bướm bay xa
Nắng đang reo bỗng như là nắng rơi...

Hoa là hoa? Hoa là người?
Hay hoa chỉ một tôi Thời Thanh Xuân...

Tôi mua hoa cho Tình Nhân:
"Mình yêu nhau nhé! Em cầm hộ anh!"

Hoa à, người đó long lanh
hai con mắt nâng nhẹ cành hoa thương...

Anh Lén Mạ Bồng Giấu Em Tình Yêu Muôn Năm

Vậy mà trời cũng tối! Tám giờ hơn rồi mà... Mới thấy mặt trời xa, bây giờ là bóng điện!

Ánh điện như lính chiến... chỉ thiếu tiếng xung phong! Chợt nhớ... thoáng đau lòng! Anh em ơi... trận địa!

Chúng ta ngủ hồi xế. Chúng ta thức nửa đêm. Ruột thị là anh em, cả bên kia nữa nhé...

Chiến tranh đầy máu lệ, qua rồi để nó qua! Tôi hôn tôi tuổi già, hôn ngày tà nắng sót...

Mặn, chua, đắng, cay, ngọt... , còn thơ: chút dư thừa. Mà lạ... cái hồi xưa quẩn quanh hoài thơ thẩn!

Nhớ ai hoài tóc ngắn... hay vấn, cũng như nhau? Chút tóc mai xao xao, nhớ ca dao thêm nữa!

Nhớ ca dao, nhớ Huế. Nhớ Đại Lộc, Kim Long... Nhớ trụ cổng Hoàng Cung... Nhớ thanh gươm Đền Ngự!

Nhớ... mình đang xa xứ!
Nhớ mặt trời, môi em!
nếu em đừng là duyên chắc tụi mình không nợ...

*

Mặt trời ngủ không mở đôi mắt xanh giùm cho. Tôi để xuống câu thơ: "Ngủ đi cưng yêu quý!".

Ôi chao tôi tỉ mỉ, mai em thấy rồng bay! Em, con Rồng, chớ ai hỡi hai hàng tóc xõa...

Em à,
một câu thôi: Thương Nhớ!
Em,
tỉ tỉ bài thơ...
Lát mà ông Trời mưa, anh đếm ru em ngủ! Anh lén Mạ bồng giấu Em-Tình-Yêu-Muôn-Năm...

Chờ Mùa Thu Nhặt Lá Kết Thành Áo Mơ Bay

Nóng! Ôi chao là nóng! Mùa Hè là mùa Hè. Thành phố như đồng quê... tất cả nằm phơi nắng!

Trời Cali màu trắng không phải vì mây bay... mà vì những hàng cây thấp xuống gần mặt đất!

Nóng tràn qua Texas... nhưng bên đó có mưa, có mát vài buổi trưa, sáng chiều đều nóng... nóng!

Người ta vẫn Hy Vọng: Chừng Tháng Nữa Thu Về! Những thảm cỏ vàng hoe, buồn, không nghe gió thổi!

Người ta còn buổi tối... Buổi tối đôi khi vui, chớ ngày tháng vẫn trôi, ngày Lễ giữa năm hiếm!

Nhủ lòng: Những kỷ niệm, dù sao cũng nâng niu... nhất là ai đang yêu hôn nhau chắc ấm áp?

*

Bây giờ mà tháng Chạp, thích nhỉ, trời mùa Đông! Ai làm thơ có lòng cũng mong chuyện không có!

Mới biết làm thơ khó, sao em xé thơ anh? Tiếc chớ tờ giấy xanh, tiếc chớ tình nóng bỏng...

Những con mắt trông ngóng... ôi mùa Xuân mơ huyền... Chữ Việt mình rất duyên: Mơ huyền mờ em ạ...

Chờ mùa Thu nhặt lá kết thành áo mơ bay!

Xếp Đặt Lại Đất Nước Ai Xa Đành Cứ Xa

Năm đang giữa tháng Tám... mà trời chưa phải Thu,
sáng vẫn đầy sương mù, lịch ta nhuần tháng Sáu!

Câu thời tiết lảo đảo... không thể là câu thơ! Không
vướng chút mộng mơ! Nó trầm trầm đắng nghét!

Hơn nửa năm biền biệt những ngọn gió thanh thanh...
Cali nóng, vắng tanh, thưa thớt khách lai vãng...

Nắng giống như chùm đạn, bủa trùm tràng pháo
bông! Câu này thật đau lòng! Cái đầu mình chắc
hỏng?

Bốn khổ thơ phủ sóng. Sóng thời gian lang thang...
Hay thơ tôi đi hoang lạc hồn sương đại lộ?

Trên màn hình không có mail nào của bạn bè. Thư
bưu điện không hề có thư nào tem dán!

Cuộc đời trầm trầm lặng. Chỉ còn nắng nồng nàn!
Viết vọc chơi chữ Chan... Chan cái gì đây nhỉ?

*

Phải chi tranh Sơn Thủy... thì Chan là núi Chứa Chan!
Tôi nhớ Suối Tóc Nàng Lá Vàng Dòng Nước Biếc...

Biên Hòa bây giờ biệt... vĩnh biệt tên bản đồ. Cái dòng
suối đã khô... tấm bản đồ thì ướt!

Xếp đặt lại Đất Nước, ai xa đành cứ xa...

Cuối Trời
Thiên Nga
Mây Trắng

Vườn tôi... có ba con bướm, chúng bay, bay kìa, ngộ nhen... tôi tưởng tới áo dài em cũng bay... đang bay phất phới!

Bướm ơi bướm từ đâu tới? Hoa nở nhiều, kìa, đậu đi. Tôi nói, giữa vườn im khe... chỉ ba con bướm hiện diện!

Rồi tôi cũng im như biển để ba con bướm vờn nhau. Bướm bay như mây trên cao nhưng mây một đường bay tới...

Ba đoạn thơ ba chữ tới... Đoạn này là khổ thứ tư. Trước mặt của tôi, nụ cười của tôi, tôi vừa đặt xuống...

Tôi ngó ra vườn. Nắng xuống. Một ngày muộn mấy đang vơi... Ba con bươm bướm bay rồi... Bướm bay về trời Đâu Suất?

Hàn Mạc Tử khi chưa mất có mơ về một cõi Tiên. Hai chữ Đâu Suất duyên duyên dịu hiền từ bi nhân ái...

Chữ Hàn, tôi đang dùng lại, nhớ người tôi nhớ bướm chăng? Có chi ở cõi dương trần thấy đó mà không mất đó?

*

Trước mặt tôi chừ... hoa nở, chữ nào cũng giống như hoa... mà ba con bướm bay xa... cuối trời Thiên Nga mây trắng...

Bên tai tôi nghe văng vẳng: Người ơi còn nắng với mây... Tôi nhắm mắt, áo dài bay... hai bàn tay tôi chới với...
Nhớ em... đi hoài không tới! Thương người... còn núi với non! Ồ đó cũng là Quê Hương? Đâu nhỉ đường thôn áo Mẹ?

Tôi nhớ hoa me nhè nhẹ... bay đâu... đâu đó Sài Gòn! Nước chảy sao đá không mòn? Ngàn năm... "Huê trôi nước chảy" (*).

Thơ Tản Đà lòng tôi nát bấy... Rừng xưa. Núi cũ. Lính ơi...

(*) *Bốn chữ này của Tản Đà, huê trôi nước chảy.*

Nghĩ Đã Thu Về Em Nhé

Nghĩ đã Thu về em nhé... mơ màng kìa bướm bay bay... buổi mai trời chưa có mây ai cấm mình đầy thương nhớ?

Ai cấm hai tay anh đỡ em bay như con bướm vàng? Ai cấm tôi nói với nàng: "Em ơi Thu rồi... đẹp lắm!".

Ai cấm em đưa nắm đấm: "Anh "chê" em xấu phải không? Xấu bao nhiêu nữa quả chừng... để em "ghét" anh "huề vốn"?

Em à... Thu về... mà muộn, anh chưa nói được câu nào... để yên cho trời cứ cao... lát nữa mình rào tình tứ...

Em à... thơ anh không chữ, chữ EM viết thiếu chữ E... anh đợi mùa Thu thật về, mà chắc mùa Thu về thật...

Chữ E để cho nó mất, chỉ còn một chữ M thôi... anh gắn nó lên trên môi, anh hôn em đúng một tỉ!

Em à, chúng mình ở Mỹ, Mỹ là America, Mỹ là xứ của muôn hoa... vô vàn hoa kỳ thảo dị...

Anh hôn em đúng một tỉ, có thêm vẫn chắc không thừa! Em là muôn thuở ngàn xưa... khi ngày Noel chưa có!

Mà trước cả ngày thời đó... em là Tiền Kiếp chữ Duyên!

*

Mùa Thu đang về lối quen, bướm bay đầy vườn hoa mộng, con người yêu đời mà sống, anh yêu em sống hoài Thơ!

Em đừng Dạ, em hãy ờ... Ỡm ờ cho anh bẽn lẽn... Ỡm ờ cho em thành én... Én bay xập xòe ngày Xuân...

Em ơi... khi không bâng khuâng anh nhớ em nhiều nhiều nhiều nhiều hơn cả ngày hôm trước... Anh muốn làm Ngô Phù Sai rắc hoa vàng sau bước Tây Thi, anh muốn làm bông sen muôn muốt nở bùng lên sau mỗi bước em đi... (*)

(*) *Bốn câu thơ này của ai, tôi quên tên tác giả...*

"Tôi muốn làm như Ngô Phù Sai thuở trước,
rắc hoa vàng sau mỗi bước Tây Thi!
Tôi muốn làm như bông sen muôn muốt
nở bùng lên sau mỗi bước em đi..."

Tưởng Tượng Một Pho Tượng

Tưởng tượng em hồi đó em đẹp như thế nào! Con trăng ngoài cửa sổ nó chào em, biết không?

Và những nụ hoa hồng hẹn mai mừng em nở. Và con chim đầu ngõ, bay chào em, ngủ ngon!

Nhiều khi thấy buồn buồn, tưởng tượng em, chị đẹp, ngồi yên, đôi mắt khép. Mây trời bay trên môi...

Tưởng tượng rất xa xôi cái thời đang trước mặt, em cũng vừa hé mắt nụ cười như nụ hoa...

Một Quê Hương nguy nga bao la em đồng nội, em pho tượng không nói mà gió reo nắng reo...

Áo em hoa Tình Yêu nở một bầy bươm bướm... Tóc em không vay mượn mà mây trời thướt tha...

Anh tưởng tượng thật thà là... anh nghe em thở! Em nói nhỏ em nhớ vườn cau Ngoại Bồng Lai...

Anh không nói nhớ ai để trái tim anh đập... Tưởng tượng em đứng nấp trong ngực anh. Dễ thương!

Huế có dòng sông Hương, em là làn sóng biếc, bàn tay em thơm thiệt: Ôi Tình Yêu vô cùng...

*

Đêm nao trăng bên sông nhìn em qua khung cửa.
Những nụ hồng vẫn nhớ mai-mừng-em-chào-em!

Ai khiến con chim quyên ăn trái nhãn lồng nhỉ? Anh
nhớ em từng tí, đố em: từng tí gì?

Rừng cây không chịu đi chúng nhường cho em bước...
Chúng nhắc anh Non Nước em là Núi là Sông...

Em à em nhớ không... Anh bồng em bồng súng – nó
im rồi, bất động: Non Nước mình thái bình...

Anh đang hôn mông mênh Em-Ngọt-Ngào-Từng-Tí...

Nụ Hôn Cài Trên Nhánh Lá

Bây giờ lá còn xanh, mùa Hè chưa mệt nghỉ! Tôi ra vườn thủ thỉ chuyện chiều lá với tôi...

Bây giờ chiều đang rơi mà lá chiều chưa rụng có nghĩa là đời sống còn màu xanh ước mơ...

Mai, có thể không ngờ mùa Thu đi ngang ngõ... lúc đó chiều nhiều gió, lúc đó lá vàng rơi...

Lúc đó ông Mặt Trời... cũng buồn như con ngõ? Người đàn ông bật lửa nhìn khói thuốc chiều bay...

Tôi đang nói hôm nay... tự nhiên qua chuyện khác! Chuyện gì cũng tản lạc, dám rỗi như khói lam...

Khói của buổi hoàng hôn quê nhà mình biền biệt! Hết rồi bạn thân thiết, sao còn tâm với tư?

Sao còn chi đây thơ... mờ mờ hoa lá Hạ?

*

Thường khi nói mùa Hạ, người ta nhắc Huyền Kiêu...
một nhà thơ đáng yêu, mùa nào cũng tình sử!

"Em Thơ! Chị Đẹp gió thổi áo dài bay đâu?". Em Thơ
đứng cúi đầu, vòng tay, thương lắm lắm...

Biết chị giờ thăm thẳm một dòng sông xanh xa...
Huyền Kiêu hết đi qua thuở chàng còn trai trẻ...

Bây giờ... nhành lá sẽ trở vàng như tóc Thu... Tôi lăn
trái mù u, tôi nhìn chân em bước!

Sao mình không nghĩ ngược: Bây Giờ Tình Mùa Xuân?
Anh làm em bâng khuâng, anh hôn em... ai biểu!

Làm Thơ Chơi
Cho Quên Ngày Rất Nóng

Quả thật là chim bỏ phố rồi...
Nắng hoài và nóng mãi, chao ôi
Người ta còn nán nơi thành thị
Chim sợ trời nên trốn bỏ trời...

Tội nghiệp Giáo Đường chuông cứ đổ,
Chùa thì lác đác mõ ngân nga...
Mùa Hè ít Lễ nhiều hoa nắng
Nắng-nở-trời-ơi-nắng-nở-hoa!

Cũng ngộ mỗi mùa ngôn ngữ khác
Im lìm... lạnh ngắt cái âm thanh!
Con đi theo Mẹ không đòi hỏi
Rất thản nhiên như bóng với hình!

Bạn xa vừa gửi email khoe:
“Mới tám bạn bè cũ ở quê,
tất cả êm ru, lòng chẳng bận,
cơm ngày ba bữa... chẳng mong chi!”

Ờ thôi, Đất Nước mình như thế,
Thế giới năm Châu giữa tiết Hè,
đâu cũng giống nhau: Ly nước lạnh
Lòng... bàn tay nắng có tê tê!

Chim xa rừng xa cây xa cội,
Người xa người còn có email...
Thơ chẳng xa người thơ với thẩn
Trong thơ, nhiều ít có Tình Yêu!

Tuần Này Tin Thời Tiết

Tuần này, tin Thời Tiết: Cali lại nóng hơn... Mây sẽ bay qua luôn và mưa thì không hy vọng!

Nhìn ai ai cũng... nóng! Cái miệng méo giống nhau! Nóng quá... tìm cây cao, tìm bóng mát mà đứng!

Và nóng thì cứ nóng! Ai biểu! Biết biểu ai bây giờ... Những bàn tay đưa đưa... tiễn biệt mưa quá khứ!

Cũng có người hung dữ nhất là những người hiền! Thấy họ vẫn rất duyên. Đẹp nhất... vì họ đẹp!

Mắt họ vẫn xanh biếc. Tóc họ rất mù sương. Họ là Yêu là Thương, họ là Đường-Chân-Lý...

... nếu có một Định Nghĩa... thì đó là Tình Yêu!

*

Tôi nghĩ đến một chiều khi mặt trời sắp lặn... nhìn "người ta" nhớ nắng... và tôi nhớ "người ta"!

Người ta nói Chiều Tà... vì cái dấu Huyền... Hoặc? Tôi muốn bơi trong mắt... người tôi yêu: Đại Dương!

EM EM EM MMMM bốn biển là Yêu Thương. Năm châu một điểm hẹn: con thuyền tình đỗ bến... cây đa Tình Muôn Năm!

Nhớ Hồ Dzếnh
Khi Nhìn Gió Thổi Mây Bay

Mây ơi gió thổi bay về Bắc
Chầm chậm cho tôi nhắn mấy nhời...

Hồ Dzếnh

Miền Nam... có mùa Thu. Nhưng mùa Thu phớt phớt / đủ se se mái tóc em vàng hoe buổi chiều!

Mùa Thu mùa-thương-yêu cũng là mùa thương nhớ. Mơ hồ em tản bộ, Thu cúi chào em... dễ thương!

Chỗ anh, Thu lạc đường. Năm nào Thu cũng trễ. Bây giờ nắng còn xé từng thảm cỏ, đó em!

Có thể Thu mông mênh, dọc đường khoan thai bước... Có thể Thu trong nước dám quên người tha hương?

Đôi lúc anh thật buồn. Ai cấm đâu em nhỉ? Nước, vẫn làn thu thủy. Mây vẫn mây đầu non...

Trái đất có hình tròn, nhớ cánh tay em lắm. Cánh tay tròn anh cắn vỡ biết bao mùa trăng!

*

Non Nước mình nhiều năm chưa mùa Thu lãng mạn. Cầu Thệ Thủy trôi nắng. Chiều đây thường thê lương...

Có con chim kêu sương...
Anh kêu em anh nhớ...
Em có bao giờ ngỡ em rất gần bên anh?

Thảm cỏ nửa vàng xanh. Cây đang vàng lá đợi... một vài luồng gió thổi đưa em về Tuyên Quang!

Anh nhớ em miên man mơ màng hoa tuyết nở... Hoa Tầm Xuân còn chớ? Ôi đồng hoa... Em bay...

Lấy Napkin Lau Mắt
Đời Như Mưa Bóng Mây

Mây là hơi nước tụ. Nóng quá hơi nước bay. Trời Los Angeles không có mây. Nước bốc hơi ngoài biển...

Ở đó sự tan, biển, mỗi ngày là thường thôi. Ở đó ít thấy người – người ta chơi trong phố.

Ở bến tàu, neo nhổ, không biết tàu đi đâu. Người Việt mình quá lâu xa biển rồi quên hết...

Giống như mây ly biệt khi trời vào mùa Hè. Cali đi không về... (những người qua Texas..., lên Las Vegas... hay về lại Việt Nam)

*

Thành phố Los Angeles mênh mang. Đất trời đây bát ngát. Hàng năm mưa vài hạt, nước ngầm là tuyết băng tan...

Nhiều khi nghĩ lan man: Tình người như bèo bọt! Nghĩa trang ngày thưa thớt: ai còn đi thăm ai?

Không còn báo lai rai đọc vài tin vụn vặt.
Lấy napkin lau mắt. Đời như mưa bóng mây...

Ảnh: HQ

Tôi Nói Thầm Với Gió
Gió Ơi Hiu Hiu Buồn

Mới nắng đã thấy trưa! Hôm nay bình minh sớm, cũng không ai dậy muộn... thấy nắng là hoảng hồn!

Nắng tràn ngập con đường. Cỏ vươn lên muốn gục. May mà cỏ không khóc. Xe phớt lờ ngược xuôi!

Không ai nở nụ cười đến cả hoa cũng thế... Nắng hôm nay thường lệ những ngày cuối mùa Hè!

Thành phố không phải quê, tôi nhà quê đi lạc trên cánh đồng bát ngát nắng trưa nay... bao la!

Tôi đi bộ, thật xa. Về lại nhà thăm thẳm. Thành phố: Cánh Đồng Nắng, tôi ví von buồn cười!

*

Người Việt kêu Trời Ơi. Khóc, cười theo vận nước. Ông Phạm Duy từng ngước cái mặt hứng chờ mưa... Ông tìm một bài thơ để nhẩm nha phổ nhạc, vợ con ông cầm hát một thời chinh chiến qua...

Tất cả đều... xót xa! Nói chơi cho quên nắng! Nắng, mưa, quà Trời tặng, ai cầm lên ngang mày...

Em-có-hai-bàn-tay-ngón-nào-anh cũng nhớ... Tôi nói thầm với gió. Gió ơi hiu hiu buồn!

Biết Đêm Nào Trăng Xế Lạnh Đôi Làn Gió Thu

Không có chuyện gì cả. Muốn. Mà nắng quá thôi! Nóng như trưa xứ Hời. Phan Rang. Nhớ. Tôi nhớ...

Nhớ... "Những nàng Chiêm Nữ / trên đá múa như hoa...". Thơ của Chế Vũ, ha? Đêm nguyệt ngà áo lụa...

Năm mốt năm... đồng lúa, tôi xa đó, muôn năm! Tôi có ngang Phan Rang chuyến-xe-tải-cải-tạo.

Tôi khoác áo nợ máu, tôi đi trả nợ đời. Bạn cùng xe đứng, ngồi. Xe cứ chạy về Bắc...

Lúa bên đường ngả rạp. Gió lùa theo bánh xe... Chúng tôi ngó, e dè... chớ làm sao thoải mái?

Xe đi không trở lại. Qua Thành, Qua Rù Rì... Qua Đại Lãnh. Xe đi. Tôi cầm sợi chỉ, mút...

Ôi tôi đời hạnh phúc... không còn nữa Quê Hương! Cái gì rất Phan Rang hôm nay tôi bỗng nhớ...

Ai bay tà áo lụa... Ai tóc như là lúa... lùa bài thơ nho nhỏ theo luồng gió bay bay...

*

Bài thơ này quá hay... Nàng Chiêm Nữ giang tay. Tôi thở đầy gió lạ...

Không có ý gì cả. Tôi nhớ người Chiêm Thành! Tôi nhớ mắt long lanh, nhớ nhất, đuôi-con-mắt!

Tôi đang thở. Thở gắt. Liệu rồi tôi có về? Hay lên tới An Khê, tôi hồn ma bóng quế?

Ôi đêm nào trăng xế lạnh mấy làn gió Thu...
Ôi thơ tôi có câu nào cho em diễm lệ?

Ngàn ngàn năm ai kể chuyện mình như chiêm bao?

Nàng Chiêm Nữ nghẹn ngào: "Ai biểu anh... lãng mạn!".

Trưa nay nồng nàn nắng tôi nhớ quá Phan Rang...

Không Ai Nói Một Lần Tiếng Lòng Mình Em Nhỉ

Sáu giờ hơn... sao vậy? Đồng hồ có hư không? Không thấy mặt trời hồng! Lẽ nào ngày chửa sáng?

Kéo mền lên ngực cản / cái lạnh rất bất ngờ. Hôm nay Thu như mơ? Chưa Lập Thu, Trời ạ.

Tôi nhìn ra cửa lá – lá sách ngoài khung gương. Hình như tôi thấy sương bay mờ mờ ảo ảo...

Tôi tung mền, mặc áo. Chào mùa Thu! Hello! Mở cửa, trời không mưa... dễ thương là... thấy lạnh!

*

Bài thơ mới... chóng vánh nổi lên theo đò xuôi. Những ngày xưa của tôi bên bờ sông ngày mới...

Nay, ở nơi không hội / -tụ-cái-gì-quê-hương... chí cái nghe dễ thương... gió mùa Thu ríu rít.

Bài thơ này có thiệt!
Anh hôn em nãy giờ!
Mùa Thu về như mơ, em mãi là ảo tưởng...

Tình yêu có khôn lớn! Tình nhân, Em, mãi Xuân. Không ai nói một lần tiếng lòng mình, em nhỉ?

Mỗi Lá Thu Vàng Một Ngón Tay

Từng chút từng chút một,
con kiến làm nên cái tổ của nó!

Trời chớm vào Thu. Chưa phải Thu,
ban mai có thấy chút sương mù,
ban trưa thì vẫn như hôm trước:
nắng vẫn nồng nàn suốt buổi trưa...

Trưa vẫn nồng nàn, ai giấu mặt,
mình nhìn đâu cũng thấy mây trôi...
Mây trôi man mác, buồn man mác.
Bất chợt hoa cười, thấy chút vui!

Hoa có là ai không hả ai?
Nói đi cho giấc mộng tôi dài...
Dài như đuôi mắt người yêu dấu
vướng chút mây... mình nhớ tóc mai...

Trời chớm vào Thu rất bất ngờ,
lịch còn tháng Tám, nắng không mưa.
Bản tin thời tiết chưa lên báo,
câu đó, nghe buồn một chút thơ!

Ồ nhỉ nãy giờ thơ chút chút
giống như con kiến chút tha mồi,
mai đem Thu mới xây thành tổ
chắc có ít nhiều một chút vui?

*

Ước nhỉ nghe ai cười góc biển,
đầu trời mình hứng chút mây bay...
Mai, bài thơ mới Thu tha thiết,
mỗi lá Thu vàng một ngón tay...

Em Ơi Nắng Rưng Rưng
Em Là Rừng Thác Đổ

Còn bốn tháng nữa, Tết, nắng vẫn còn Nắng Hè! Mưa cả năm loe hoe, nắng đâu hoài vậy nhỉ? Hai con chim thủ thỉ có hỏi nhau thế không? Mà... sao nụ hoa hồng thấy như lòng phơi phới? Không ai nói Đồng Ngoại... vẫn Đồng Nội, là sao? Ôi bao giờ, chừng nao con nai cao mới hiện... cho mùa Thu bay đến, cho mùa Đông bay qua... rồi thời gian sẽ già và mùa Xuân... xin lỗi?

Con nai cao gót ới rừng sương mù Thu ơi! (*)

*

Tôi buồn bã với tôi, vuốt hoài mái tóc bạc, có mấy sợi mới rớt, nhặt lên... năm mươi năm! Rừng không còn rừng rú... Rừng đã thưa. Rừng thưa! Có lẽ vì ít mưa? Có lẽ vì thú bỏ... hay bị đốn để đó đợi thời cơ làm giàu? Tôi nghĩ tới đồng bào. Họ nghĩ tôi đồng bạc... Con nai vàng ngơ ngác...(**) Trời ơi! Anh với em!

Một chiếc lá rụng thêm. Sân nhiều lá, nhiều lá. Nắng không làm mục rã chỉ làm khô, khô khan! Bài thơ tôi mấy hàng, nước mắt tôi khô khốc. Tôi nhớ em mái tóc bay ngày xưa, mù sương...

Đà Lạt ơi yêu thương, ngọn núi Bà cao ngất... tôi nhớ từng bậc cấp... tôi nhớ bàn chân ai... tôi nhớ mà con nai đứng uống nước bên suối nơi hai chân em duỗi đo thời gian Thanh Xuân...

Em ơi, nắng rưng rưng em là rừng thác đổ...

(*) *Thơ Lưu Trọng Lư: "Nai cao gót lẫn trong mù, xuống rừng nẻo thuộc nhìn Thu mới về...".*

(**) *Câu thơ cuối của bài Tiếng Thu, Lưu Trọng Lư: "Con nai vàng ngơ ngác giẫm trên lá vàng khô...".*

Mắt Em Nhé Óng Ánh
Muôn Năm Đời Thanh Bình

Hôm nay hy vọng mát hơn hôm qua một giờ...
thì mùa Thu như mơ đã đến gần sự thật!

Sự thật giống như mật, nói mãi để bắt thèm!
Anh vẫn nghĩ tới em: Vầng Trăng Tròn Tháng Sáu!

Tháng Sáu nhuần không bão, không cả mưa, nắng hoài...
Sự thật thật mỉa mai vì vẫn chưa sự thật...

Năm nay, năm dài nhất ba trăm chín bốn ngày...
Người mình ăn Tết Tây, Tết mình... mình quên, dám?

Năm mốt năm yên ổn... vì hết muốn chiến tranh!
Hòa hợp hòa giải thành giấc Nam Kha chớp mắt...

Mạ không còn ngồi nhặt những giọt lệ không khô!
Ba cựa mình dưới mồ, chuyện nói đùa cho có?

Chỉ lạ là con thỏ, hai mắt nó tròn xoe...
Chỉ lạ là bờ tre, xóm làng che mưa nắng...

Đường xa xa muôn dặm. Đường Thiên Lý Thiên Thu!
Ai thắp nhang không cầu: "Đời đừng thành tro bụi"?

Bây giờ, tôi đang nói: Chưa Bảy Giờ Buổi Mai...
Bầy chim thức, đã bay. Sương Hàng Cây Bạc Tóc!

*

Em ơi em! Đừng khóc... Biển tự nhiên mà đầy...
Đời Nam Bắc Đông Tây... những dòng thơ cứ chảy.

Thơ anh làm để đấy chắc rồi gió sẽ tan...
Anh nhớ thơ Thế Viên... Nhớ! Vì nó "tồn tại":
"*Sáng nay trên bờ sông thấy em bên song cửa*
mây trắng bay tần ngần tóc em vàng một nửa...
Tôi nhìn xa chợt nhớ trăng-mùa-Thu-năm-nao
soi bóng người song cửa. Lòng bỗng dưng nghẹn ngào!
Vì sao tôi thương nhớ? Bởi vì quá nhớ thương!
Dòng sông trôi thê lương..."

Một giờ nữa còn sương, chắc hôm nay sẽ lạnh...
Mắt em nhé, óng ánh, Muôn Năm Đời Thanh Bình!

Boong Boong Boong
Mỗi Bình Minh Chúng Ta

Bây giờ chưa đổi giờ vì Thu mới ngấp nghé. Người ta thức dậy trễ đó là lỗi người ta...

Nghĩ thế cho... nó qua và chúng ta xưng tội! Hãy nhìn kìa, con suối – giòng thời gian... của Trời!

Nhưng... đừng ngó mây trôi! Sương mù nhiều, không thấy! Những khu rừng còn cháy, ở đó có khói bay...

Năm mươi mốt năm nay, hình thành hai thế hệ. Những người già... hết trẻ, những đứa trẻ đang già!

Tất cả đều đang qua... cỏ cây và hoa lá... Tất cả đều mệt lả. Chỉ thời gian thản nhiên!

Cảm ơn những người điên cho bạn bè xa lánh! Cảm ơn khu rừng lạnh... có Bệnh Viện Tâm Thần!

*

Bạn ơi, tiếng chuông ngân thay tiếng gà lối xóm... Cây nhang tàn còn đóm, nó không phải bình minh!

Sáng sáng xe chạy nhanh – nhanh hơn mình từng tưởng! Xa lộ, Con Đường Lớn... phận đời thì nhỏ nhoi!

Vườn tôi, vài lá rơi. Lá sẽ vàng trước ngõ. Em ơi em là gió, mai mốt bay áo dài...

Rồi... những mùa Thu phai... phai thôi lòng nhung nhớ...
Rồi cây đa bến Cộ... cũng mờ mờ trong mây!

Trong Khi Chờ Mùa Thu Tới

Còn một ngày nữa đợi / mùa Thu mới lại về. Sáng đã lạnh se se và mây sẽ mưa, dám lắm!

Chiều hôm qua, chiều nắng, nóng đến tới nửa đêm. Hôm nay mặt trời quên / hay bình minh không gọi?

Có quạ về mái ngói. Bồ câu, chim sẻ, không... Buồn, sắp sửa mênh mông. Bên kia sông... bát ngát!

Ôi! Tôi sắp đi lạc vào tóc em... bây giờ! Mỗi sợi tóc là thơ, em nâng niu giùm nhé!

Hôm qua, ai nhỏ nhẹ: "Anh nhớ ai quê nhà?". Tôi định nói Mẹ, Cha... mà nghẹn ngào, không nói!

Mẹ Cha còn chắc hỏi cũng giống ai vậy thôi? Lời nào cũng từ môi... nụ hoa hồng bất tử!

Tôi nhớ rồi! Em đó! Những em nhỏ của Thầy, đi như chim bay bay / trên sân trường lá rụng...

... bên bìa rừng, tiếng súng... một thời Thầy quân nhân! Tôi nâng nâng cái lon... hai nụ hoa mai nở!

Em! Em! Ơi, Thầy nhớ... chiến trường và nhà trường... quê nhà và quê hương... những con đường... con hẻm!

Thời Gian Từng Nhát Chém Trái Tim Đời Lưu Vong!

*

Bên kia sông mênh mông. Bên kia sông bát ngát. Sương và mây trôi giạt. Áo tà vương khói lam...

Chuyển Thu

Trời chuyển Thu mà sao không mưa? Hỏi em, em nói, ráng thôi, chờ! Câu thơ viết đó bao nhiêu phết? Em đó, ngàn hôn, tỉ tỉ, biết chưa?

Anh hôn em bàn tay ngón nào? Bàn tay em cầm nắng chưa lau! Nụ hoa nâng hái không ai rửa, vẫn cứ cầm ăn, cắn ngọt ngào!

Đời sống người ta muôn cái lạ! Vì sao, dấu hỏi – một đường cong! Trái cây, hái xuống, lau rồi rửa, hoa nở trên cành... để sát hôn!

Đừng siết! Đừng làm hoa nát nhá... mà nâng niu mà nâng niu em yêu! Mà em, cũng vậy, cành hoa ngọc! Cuộc triển lãm hoa luôn sáng tới chiều...

*

Trời chuyển Thu từ mấy bữa nay... chỉ làn gió nhẹ thổi bay bay! Mùa Hè lưu luyến gì, không biết, cứ nắng còn dư trút xuống đầy...

Anh nhớ em không lẽ cứ chờ... hôn hoài ngón út của em đưa? Mùa mưa trôi mất trăng Đà Lạt... Mái tóc em còn mãi suối Thơ!

Mấy Ngày Đầu Mùa Thu

Lạnh và khô. Khó chịu!
Mới vào Thu, mới nhuốm màu Thu!
Vàng chưa đủ để nhuộm vàng phố xá
Xe bus vàng vẫn chạy dọc đường quen...

Không thấy anh và em
cầm tay nhau thong dong hứng lạnh.
Hình như ai cũng xếp đặt sẵn sàng
làm thêm giờ khi mùa Đông sắp tới.

Vài tháng nữa, cuối năm rất lạnh!
Sau Giáng Sinh, trời mới mở Thiên Đàng!
Thành Phố Buồn, người ta hát vang
Chúa hiện hữu trong trang Kinh bỏ túi!

Chỗ bình an nằm ngoài trái đất
Chỗ chia tay vẫn vậy, ở và về...
Người đi bộ đôi khi dừng cài bâu áo
Có khi dừng lâu nhìn tuyết bay qua...

Lạnh đầu Thu coi như chưa lạnh,
trời dành cho ba bốn bữa lo toan,
Những con thỏ tha cà rốt vào hang cất giấu
người thì tha lời cầu nguyện lên giường...

*

Người sẽ trách "Trời sao lạnh quá?"
Tuyết hồn nhiên nở tám cánh cười...
Hoa tuyết trắng nhuộm trắng trời xanh biếc
Mũ dạ đen che kín được buồn không?

Biết Đời Là Giấc Chiêm Bao
Mà Sao Tình Là Tha Thiết

Gió đang chuyển rồi... Thu tới! Mặt trời vừa vén chút mây. Tám giờ sáng của ban ngày... vòng tay ôm nha trời đất...

Tôi nghĩ tới điều đẹp nhất để nghĩ tới hết mọi người! Với em, từ nụ môi cười, em à hoa hồng đang nở!

Hoa có bốn mùa để nhớ, giống em, thật ngộ! Thời Gian! Anh nghĩ tới em muôn năm... tưởng tượng anh là Họa Sĩ!

Anh nghĩ tới em, Thanh Thúy, con chim xanh của muôn rừng... Anh nghĩ tới em, Phượng Hồng dọc hai bờ sông đỏ rực...

Phải chi có sẵn bình mực, anh viết tên em là Mây... Mây trên Ngân Hà bay bay... tóc của Ngưu Lang bỗng mượt!

Mây bay ngàn ngàn năm trước. Mây bay ngàn ngàn năm sau. Biết đời là giấc chiêm bao... mà sao Tình-Là-Tha-Thiết?

*

Gió đang chuyển mùa, Thu thiệt! Anh hôn Thu mới, hôn em... Trời cho người ta chữ Duyên. Em hiền, em là Tiên, Phật...

Anh nghĩ hai chữ Hạnh Phúc tuyệt vời dệt gấm thêu hoa!

Anh nghĩ đến Quê Hương, nha! Sơn Hà đúng là Cẩm Tú!

Bài thơ đẹp phần nhờ chữ... cuối dòng đẹp nhất: Nụ Hôn!

Bài Thơ Nhật Ký

Lập Thu... hèn gì chậm nắng. Hai ngày, buổi sáng rưng rưng. Có thể là mưa trên rừng... mà rừng thì xa thành phố!

Có thể mưa ngoài hoang đảo... mà đảo cũng xa lắm rồi! Biết bao nhiêu chuyện đổi dời... rồi thêm đổi đời nữa chớ!

Bao nhiêu năm ở thành phố... ra xa mới thấy chân mây, ngồi lâu mới thấy tháng ngày / lăn dài bao nhiêu dãy núi!

Không thấy ai cầm cây chổi / mà sao đâu cũng sạch bưng? Hình như những cuộc bão bùng / cuốn đi hết rồi bụi bặm?

Bây giờ... Lập Thu... sắp Đông... Cái vòng của bánh xe đạp... ai kìa trên đồng-chó-ngáp / vô tư gió thổi tóc bay!

*

Tôi mở hé bài thơ này... mỗi ngày của tôi thầm lặng. Nói chuyện đâu đâu mưa nắng / mong cho qua cái tuổi tàn!

Không còn cánh thư Việt Nam! Không còn tờ báo bên Úc! Năm mươi năm, cái vực / thời gian... bỗng thành không gian!

Thế hệ mai sau hoa tàn, người ta chưng bày hoa nhựa! Rồi nói rặt toàn giọng Huế "như rứa, như răng..." miên man?

Lát nữa... nắng lên nắng vàng. Lát nữa tôi làm gì nữa? Bỏ cánh đồng đi vào phố? Bỏ phố đi vào công viên?

Bài thơ Nhật Ký thơm hiền giống áng mây trời gió thoảng... Em ơi anh còn lãng mạn nhớ em từng mỗi ngón chân!

Hello Mùa Thu Mới

Không thể không áo lạnh / bây giờ khi ra vườn! Mới sáng sớm tinh sương: mát – lạnh rồi, gió mới...

Thế là mùa Thu tới! Hân hoan chào mùa Thu! Chùa xa, những Thầy Tu / rung chuông và gõ mõ!

Nhà Thờ báo với Chúa: hân hoan lòng mỗi người. Vui thôi, không tiếng cười, nhường cho chuông thánh thoát...

Anh hứng chút gió mát / chải tóc em nha Thương!
Tôi nhặt lá trong vườn. Nhặt chơi vài chiếc lá...

*

Mặt trời lên! Đẹp quá. Hiền mơ như thi nhân! Sáng, mát lạnh như trăng tung cái mền nũng nịu!

Em ơi, thơ anh níu... năm mươi năm về xưa! Chải nhé hàng lá dừa mướt phù sa sông Cửu!

Mướt em... mà thiếu thiếu nụ hôn sắp nở hoa! Em của anh không già! Mùa Thu hoài xanh biếc...

Chỉ con thuyền xa thiệt trong trùng dương đại dương...
Chỉ hai chữ Quê Hương mà triệu người sống, thác!

Em cắm nhang thơm ngát: Hôm nay Ngày Giỗ Ba!
Em sửa lại bình hoa... Ngón tay em nước mắt...

Tình Yêu luôn có thật: Anh hôn em trong mơ!

Chuyện Hồi Khuya Dễ Thương

Hồi khuya mưa rất nhỏ. Không gió. Mưa âm thầm.
Những giọt nước lăn tăn giống như sao nhảy múa...

Chắc mai hoa sẽ nở chào mừng ngày chuyển mùa...
Chắc em hai tay đưa ôm chầm mùa Thu mới...
Chúng mình sẽ không nói để xem Thu làm sao...
Mười phút trôi qua mau. Chỉ còn mưa đọng giọt...

Anh hôn em mi mắt. Em không biết trời mưa.
Em vẫn là bài thơ trên tờ Hoa Tiên đẹp
Chỉ sợ Thu khép nép giống như em hồi nào...
Cũng sợ anh nao nao giống thời đầu nhung nhớ!

*

Em ơi ngoài cửa sổ... mai chim sẻ lại về
mình đuổi mây bay đi, chim ở lâu em nhé!
Thơ anh sẽ lại kể có-những-ngày-dễ-thương...
Em coi chim như con, em hôn từng con một.

Trời mùa Thu trong suốt, lá vàng bay như trăng...
Em mãi mãi Giai Nhân! Em Kim Chi Ngọc Diệp...
Ngày xưa người xưa viết những chữ đó mà thôi
rồi nâng lên trên đầu, rồi ấp vào lồng ngực!

Ước Có Ngày Mai Áo Bay Bờ Giậu

Không thể nào tin mùa Thu mà nóng!
Cơn mưa hy vọng chuyển mùa... gió bay!

Trời trong. Không mây. Đưa tay bắt được
sợi tóc vừa rớt, thời gian... cái màu!

Thơ như lưỡi dao vừa lau chùi sạch!
Trách như không trách: "người không nhớ người!".

*

Mình cắt làm đôi thời gian được nhỉ?
Nửa ném ra bể, nửa mang về non...

Nửa nói là thương. Nửa buồn im lặng!
Mùa Thu, mùa nắng, nắng muộn. Buồn hiu!

"Xa nhau... gió ít lạnh nhiều,
Lửa khuya tàn chậm, mưa chiều cứ mong..." (*)

Thơ Trần Huyền Trân ! Thơ Trần Huyền Trân!
Nhen bếp lửa hồng chiều dâng nắng Hạ...

Mình đi xa quá... đổi thơ người xưa!
Tại nắng? Tại mưa? Không gì, cũng tại?

Phải chi con gái đừng ai lớn khôn?
Môi cứ như son, miệng cười chúm chím...

Áo dài màu tím...
Thương ơi áo dài...
Ước có ngày mai áo bay bờ giậu...

(*) *Nguyên Văn thơ Trần Huyền Trân: "Xa nhau gió ít lạnh nhiều / lửa khuya tàn chậm, mưa chiều đổ nhanh...".*

Người Ơi Hai Câu Chót Tựa Đề Bài Thơ Này

Hơn nửa tháng mùa Thu vẫn còn sót mùa Hạ...
Khác... khác: Cây bớt lá và nắng... như hiền hiền.

Hiền nhất: những đám mây mỏng như tà áo lụa
xanh như mạ thành lúa trên đồng xanh bay bay...

Tính tới ngày hôm nay, tuần đầu tháng Mười Một
sáng có hơi ươn ướt, trưa không rịn mồ hôi...

Có lúc buồn khơi khơi... có lẽ vì đường vắng
không cần mặc áo ấm... người ta còn hồn nhiên?

Tôi nhớ khuôn mặt hiền của ai thôn Vỹ Dạ...
Tôi nhớ chiếc nón lá có cài một bài thơ...

Bài thơ – hai câu thơ: "Răng anh không về chơi Thôn
Vỹ nhìn nắng hàng cau nắng mới lên?".

Nhìn nắng hàng cau... nhìn bóng Ngoại
bây chừ gió thổi hương cau bay!

Mà người cháu Ngoại đi mô, vắng?
Tới bến bờ chưa hỡi Đại Dương?
Nước mắt bỗng vương...

Có nhớ Vương Đức Lệ, lâu, không ai nhắc chàng
một người hay lang thang trên nhiều trang báo cũ...

*

Cũng nhớ Đỗ Hồng Ngọc nhiều – Ông Bác Sĩ Tình Yêu
đẹp lòng bao em bé nhè nhẹ cũng như Thơ!

Một chữ Thơ, không ngờ nở bung trào nỗi Nhớ!
Một chữ Nhớ ai nỡ với ta mà làm thinh?

Chao Ôi Buồn Cũng Tội Biết Bao Chiều Tha Hương

Chiều bây giờ tắt sớm. Tối về ngay sau chiều. Mái ngói đỏ buồn thiu. Chim không về nhặt nắng...

Chiếc xe bus khách vắng vẫn ghé bến bình thường. Chiếc xe bus dễ thương. Phố xá đẹp nhờ nó...

Còn xe bus còn nhớ... có chuyến nữa cuối ngày, người từ Đông về Tây, bến cuối cùng, về ngủ.

Chim thì không về phố. Mùa sắp đổi, biết mà... Chim không sống bê tha như tôi thời... lãng mạn!

Chim không ưa đèn sáng – hàng cột điện bên đường. Chiều mùa Thu có sương, chiều mùa Đông có tuyết...

Buồn thiu rồi buồn thiệt từ chiều nay... quạnh hiu! Ca dao có chiều chiều, bớt đi nào ai bớt?

*

Hình như tôi muốn ngộp trong hơi thở của tôi? Hình ảnh Mẹ, cái nôi. Những tiếng ru... hồi đó...

Cái hồi em tôi nhỏ rồi anh em lớn khôn... Rồi tiếng súng trên đồn, trong rừng xa vang vọng...

Tiếng chuông Chùa lạc lõng. Chuông Nhà Thờ hoang mang. Tôi nhớ con đường làng, chiều nắng vàng ngói đỏ...

Vườn xưa không còn nữa. Nhà xưa cũng mất thôi. Tiêu thổ sao đất bồi cái gò mộ Bà Ngoại?

Nhiều mộ nữa thì phải, bà con và bà con! Tôi nhớ Má có buồn. Và Ba tôi có khóc...

Nhiều lúc mưa hàng dọc. Nhiều lúc mưa hàng ngang. Bầy con trai lên đàng. Chị, em gái đám cưới...

Chao ôi buồn cũng tội! Biết bao chiều tha hương...

Ngày Lại Ngày

Ồ! Hôm nay cũng vậy! Giống hệt ngày hôm qua.
Cũng sương mù sa sa... Cũng có lá vàng... mà chưa,
rụng!

Ngày hôm nay lúng túng, chào “nó” thế nào đây?
Mình đưa lên bàn tay, “nó” thơ ngây... dễ sợ!

Hình như “nó” không nhớ mặt trời đang nhú lên?
Sáng sớm là bình minh, “nó” với mình tái ngộ?

Hình như mình xấu hổ, biết mình chẳng là mình mà
sao không làm thinh đừng bonjour ai hết?

Năm ngày nữa lại Tết. Tết Trung Thu hàng năm. Tết
của nước Việt Nam! Tết âm thầm thế giới!

Mình biết không ai đợi để nói “kỳ” như mình. Không
phải bà con quên... mà thật tình yên ổn!

Chào Ngày Mới! Mình khóc: Nước Mắt Một Chữ Thơ!

Thời Gian Bay Trên Phương Bắc

Hình như ai cũng thức / dậy rất trễ sáng nay?
Sương mù trắng ngọn cây và thành phố lành lạnh...

Lá vàng rung óng ánh. Gió nhẹ mang mùi băng dẫu
một chút thoáng ngang, hiểu: tuyết trên phía Bắc
đang rơi. Thành phố ngập. Kỷ niệm bắt đầu buồn?

Ở đó sau mùa sương! Ở đó đang mùa tuyết!
Đoàn Thị Điểm từng viết: *"Sương như búa bổ mòn gốc liễu, Tuyết dường cưa xẻ héo cành ngô!"*
Chắc chắn có người hô: "Hoan Hô Trời Đã Lạnh!".

*

Sáng nay tôi hiu quạnh: bạn chưa dậy với mình
Mở máy thấy màn hình mà email không có!
"Em ngủ ngon! Anh ngó / cái mặt em, mặt trời!
Em thức, nhắc em cười: Hôn Em Chào Buổi Sáng!"

Tóc nàng có sợi trắng.
Tuổi nàng hay tuyết bay?

Trà Đạo

Thiền Sư mời thí chủ uống trà,
ông đem hai cái tách ra.
Một cái cho mình, ông đặt trên bàn,
còn cái kia, trao cho thí chủ.

Ông rót cho mình và để đó,
ông rót cho thí chủ, tiếp theo.
Nước trà trong veo
chảy vào tách thí chủ.

Thiền Sư không ngó.
Thí chủ cũng không nhìn.
Nước trà nóng chảy xuống tách long lanh.
Nước trong tách đầy dần...

Bỗng thí chủ la lên vang rân:
"Thầy ơi Thầy ơi ngưng!
Con phỏng tay rồi",
nhưng cái tay vẫn còn bưng cái tách và nước chảy ra
róc rách...

"Phạch! Phạch!"
Cái tách rớt xuống mặt bàn vỡ nát,
nước tràn lan trên mặt bàn.
Thiền Sư xuýt xoa: "Thí Chủ hết nóng chưa?".

Chắp hai tay, thí chủ thưa:
"Con tầm Sư con đã thấy Đạo!"
Thiền Sư cầm cái khăn lau mặt bàn cho ráo:
"Con à, buông bỏ hết nha con".

Đất Lành Chim Đậu

Bầy chim sẻ đã về sau hai ngày vắng mặt! Thấy chim là hạnh phúc, ngày mới ơi của tôi!

Bạn nghe có thể cười – ai biểu bạn... bỏ bạn! Năm mươi năm mấy tháng, rồi còn bao nữa đây?

Ai "sống mòn" từng ngày chắc như tôi, lẩn thẩn? Người mình không thù hận... vậy mà tay chia tay!

Cái gì nói cũng hay! Cái gì thấy cũng tủi! Hay, chưa kịp được nói, tủi buồn... năm mươi năm!

Người thành người – Cố Nhân! Quê thành quê – Cố Quận! Cầm vạt áo lên thấm... nước mắt trào biển sông...

Sáng nay chim về đông, tôi nhìn chim, nói nhảm!

*

"Chín mươi... sắp gần lắm, quê nhà càng xa xôi!" Ông Võ Phiến có cười khi cùng tôi nói chuyện...

Bây giờ... ông tan biến bình tro trút biển khơi... Bà cũng đã lìa đời, bình tro trôi biển rộng!

Việt Nam mình ai sống cũng ngậm cười Thiên Thu! Tôi ra nghĩa trang chơi... rồi về như chim sẻ!

Quê nhà không kịp ghé, tôi – tồi tệ hơn chim... Đất Lành chim bay tìm! Đất Lành... tôi vĩnh biệt!

Nụ Hôn Nào Thơm Cũng Tân Niên

Chiều đang đi hay chiều đứng yên?
Em nghe anh nói chớ? Em hiền!
Em hiền đến nỗi trời không gió
Em dễ thương ôi chiều Tất Niên!

Coi như đã hết năm, ngày cuối
Em mới bây giờ tỉ cái hôn!
Em có hiểu không sao lại thế
Anh yêu em đến cả phi thường!

Mà tại em thôi! Ai biểu đẹp
Cho trời cho đất ngập tràn thơ
Những con sông cũng tràn con nước
Chảy mãi đi tìm một bến mơ!

Thơ dễ dàng như em vậy nhé
Nụ hôn nào thơm cũng Tân Niên
Em là chỗ cuối cùng không ghét
Mà chỗ đầu đời: Hoa Nở Duyên!

Chiều đứng yên em trong lòng anh
Trong câu yêu quý gọi em Mình!
Thương từng cái ngón chân em đó
Cũng tại vì anh thương nhớ Em!

Vậy Mà Cũng Dài Mút Chỉ

Tôi đứng rất lâu rất lâu trước dãy nhà lầu ngói đỏ – trường xưa, tôi từng dạy đó... cái màu ngói đỏ còn nguyên!

Mấy cây khuynh diệp nghiêng nghiêng chào tôi như em ngả nón. Bà Cai đi quét lá rụng, thấy tôi bà cũng đã chào...

Tôi đứng đó hoài hoài sao? Sáu năm, tôi vừa Cải Tạo nghe lòng tôi còn ứa máu “Ôi Thương Biết Nói Sao Giờ?”.

Có thể... Hình như tôi mơ... mây bay qua bờ ngày tháng... Tôi nhớ những tà áo trắng bập bồng mái tóc nữ sinh...

Tôi nhớ như tôi nặng tình với giọt sương mù trong mắt. Tôi nghe tiếng gì Đà Lạt... hình như tiếng bước chân khua...

Câu em nói buồn muốn mưa: “Thầy ơi em nhớ trường lắm!”.

*

Em ơi bây giờ đang nắng mây bay mây bay tóc em...

(Bài thơ này không viết thêm. Chừng này... Là thôi, em nhé!)

Tôi Nhớ Ai Tâm Tưởng Hải Hà

Dãy hoa nép mặt gương lồng bóng,
Ngàn liễu rung cương sóng gợn tình...

Chu Mạnh Trinh

Rồi một ngày qua, một tối qua... Tôi đang tay hứng trăng và hoa, mây và sương tỏa thơm lừng núi, tôi nhớ ai... tâm tưởng hải hà...

Hãy nghĩ giùm tôi đang có chuyện, vấn đề hay cũng cái problem. Chữ Tây, chữ Hán, Mường hay Thổ, khi có ngôn từ có thiết tha!

Với tôi con suối là tâm huyết, cọng cỏ đan nhau máu chảy hoài. Sống với có cây rừng với rú / cần gì nữa nhỉ chuyện trần ai?

Phật qua con sông, Phật tới bờ, Chúa thì đã đến cổng trời xưa... Còn vài tháng nữa Noel mới, hương khói thơm không chỉ bệ thờ!

Đường đi thẳng tắp – con đường mộng! Thực tế quanh co, uốn éo, trèo... rồi thì len lách thung hay lũng... cũng tới nơi, mừng tới bến yêu!

Tôi có khùng điên hay có dại / cũng vì ai đó nép bờ hoa / mà ngàn cương sóng tình xô đẩy / sông ngát sông ơi hỡi bóng đò...

*

Có ông lão nọ ngồi nhậm rượu, vẫy vẫy tay mày uống với tao... Hôm qua hôm trước đêm trăng tỏ... nghiêng cái ly chao nước mắt trào...

Sau đó, một người ra mộ ngủ,
Một người đi mãi bốn phương mây...

Trước Tối Là Hoàng Hôn

Anh nói. Và em hiểu: Trước tối là Hoàng Hôn! Anh hôn em bằng hồn, bằng hoa vàng chiều vừa mới nở!

Anh nói. Vì anh nhớ: Em là trời đất nha! Em là biển bao la. Em là Quê Hương mình nhé!

Em! Bởi vì em Diễm Lệ! Em Kiều My! Em ngọt ngào! Em... có ngàn đời sau chỉ bắt đầu ngày trước...

Con trai thì yêu nước. Yêu Người Yêu song song! Con ngựa xuyên cánh rừng... nó ngậm trăng trên núi!

Anh yêu em, anh nói: Anh yêu em mà thôi. Tất cả núi và đồi. Tất cả hồ ao sông rạch... Em diễm kiều đẹp nhất!

Hoàng hôn anh hôn em!

*

Nụ hoa vàng ngước lên, anh cúi đầu ngó xuống. Em ơi ngày dẫu muộn, mình mở ngày tinh sương...

Em là hoa là Hương! Quê... Quê Hương vì vậy? Hỡi con suối đang chảy tóc em huyền trăng soi...

Ai Cấm Ai Trở Về Mười Năm

Ai cấm em trở về mười năm? Ai cấm em đi ngược nhiều hơn? Đường thời gian dù trời lộng gió, em về nha, giùm Thầy, thăm trường Bùi Thị Xuân!

51 năm, Thầy không biết gì về Đà Lạt. Thầy vào tù thấy có em ngoài rào kẽm gai... Em không đi thăm Thầy, em thăm bà con em Cải Tạo.

Cuộc thăm nhau không ai gặp nhau! Thầy không ai thăm nhưng thấy em lao xao trong đám người nghẹn ngào nước mắt... Đời có gì còn trong những gì đã mất?

Hãy cứ nghĩ rằng chúng ta về miền đất Phật. Cầu bình yên. Hồn thoang thoảng hương trầm. Đất Nước ngàn năm, chờ thêm xa xăm rồi nay mai gần gũi!

Em một mình, em đi thui thủi. Thầy không một mình vì có cả trăm, ngàn anh em. Chiều rơi thêm những giọt mưa không đợi, những cái lon mờ rồi khói sương...

*

Nếu viết thêm, viết hoài, không dứt...
Em đi về, trời khóc trên vai...
Năm tháng cũ, những ngày xưa thân ái
Trả lại cho đời... Bụi Phấn bay bay...

Chép Chơi Một Bài Thơ

Hai con chim nói chuyện. Chắc chuyện chúng rất vui? Tôi nghe hoa lá cười – những tiếng cười khúc khích.

Gió sáng nay mát thiệt. Trời cũng mát, nhiều mây. Gió không thổi mây bay có lẽ vì... gió nhẹ?

Tôi nghĩ gì lạ thế? Chim, gió, mây và... thơ? Tôi hứng được bơ vơ, bạn à: chiếc lá rụng!

Tôi nhớ ghê hoa súng, Đà Lạt, nở, nhiều hồ... Tôi nhớ trái thông khô bỗng nhiên rơi xuống nước...

Thời gian đó, thuở trước, tôi hồn nhiên như thông, tôi làm việc như không khi ra ngoài cửa lớp...

Hành lang trường xanh rợp nhiều cành thông chim chuyền. Tôi nhớ có chim Quyên – cái tên sách vở đặt...

Bây giờ, đang trước mặt, tôi, có đôi chim gì? Có thể là chim Gi? Chưa bay, chúng đang hót...

California chưa rét ngọt. Mùa Thu đang... Thu non!

*

Trời sáng nay như sương còn vương vương trên phố.
Ý thơ thơm ngỗ ngộ, tôi chép, đây... bài thơ!

Tôi cất đó, dành trưa, nắng lên đem phơi nắng. Sáng nay mình quên lãng mùa Thu trên tóc ai...

Ảnh: HQ

Người Đó Ta Đây
Quán Trưa Lồng Lộng Gió

Cuối tháng Chín... vẫn chưa là mùa Thu!
Nghĩa là rất mong mưa mà mưa thì không thấy!
Có bớt trưa nắng cháy, có bớt chiều nóng ran...
Cây vẫn xanh dọc đường, bóng mát có xe đậu.

Tháng Chín chắc tháng xấu? Không hề nghe ai khen!
Có thể nóng quá... nên / người ta bớt lịch sự?
Bạn bè gặp nhau, ngó. Bắt tay rồi chia tay.
Không ai xưng tao mày. Còn bao bè bạn nữa!

Năm mươi năm, từng bữa, trôi qua đi, từng ngày!
Từ những thằng con trai... nay "trưởng thành" ông cụ.
Xưa, dòng đời – nước lũ. Nay, dòng đời – thê lương.
Một phần là thời gian..., một phần là thời cuộc...

"Nhớ nhà châm điếu thuốc"(*) bập bập chơi, nửa chừng!
Quán gió nhiều lúc đông... tàn binh vẫn cô độc!
Tháng Chín, không nói dóc... sợ cái cốc nó cười!
Tháng Chín, đã nói rồi... "trời không mưa", chán thật!

*

Nhớ anh Hồ Thành Đức thường kể chuyện tiếu lâm:
Chuyện, đa số tầm tầm mà nghe thì rọc rọc
Không nghe ai nói ghét Hồ Thành Đức bao giờ...
Anh cũng có làm thơ, nổi danh là Họa Sĩ!

Trong khi Chị Bé Ký... nhiều tháng Chín, xa xôi...
Người đó, ta đây, thôi! Quán trưa. Lồng lộng gió.

(*) *"Nhớ nhà châm điếu thuốc", thơ Hồ Dzếnh.*

Hãy Ngó Càng Lâu Nói Rất Êm Hãy Dùng Những Tiếng Thật Êm Đềm

Sống hoài với Kỷ Niệm, người ta sẽ Không Già? Câu hỏi đó thoáng qua không ngờ nó ở lại!

Không nghe ai nói "Phải / nhắc hoài chuyện ngày xưa". Có thể thấy "người ta" ngồi mơ màng chiều, sớm...

Có thể, nghĩ không muộn: "Mình cũng sẽ có ngày... ngồi nhìn mãi mây bay, nằm nghe cơn gió thoảng...".

Đời không thể một thoáng! Nhiều người chết "khi không". Nhiều người chết động rừng, động cả sông, cả núi...

Tôi nghĩ Phạm Hồng Thái, trăm năm rồi, anh đâu? Tôi nghĩ đến mùa Thu: Lá vàng đầy sân rụng...

Đời làm mình lúng túng. Sống, chết đều bình thường... Đời như sóng đại dương, thấp cao vì gió, bão...

Nhưng, sóng nếu là giọt máu chắc nó có thời Xanh? Ý tưởng nào cũng mong manh... màu Xanh – màu vĩnh cửu?

*

Bạn biết Pascal chớ? Từ đứa nhỏ lớn lên nói một câu khó quên: "Con người yếu ớt lắm, nó chỉ là một cây lau sậy nhưng cây lau sậy có tư tưởng!".

Một ngày có ý nghĩa: Ngày đó có bình minh!
Một đêm thật hạnh phúc còn đắp cái chăn kỷ niệm...

Yên Thao, một nhà thơ, có hai câu lấp liếm mà lại rất dễ thương: "Tim tím khung cầu tim tím núi, giời ơi nhiều tím quá em ơi!".

Tôi nghĩ đến Nguyên Sa – một người hành khất thốt được những lời van lơn: "Anh sẽ cầm lấy đôi bàn tay! Tóc em anh sẽ gọi là mây! Ngày sau hai đứa mình xa cách, anh vẫn được nhìn mây trắng bay...".

Kỷ niệm đều đáng nhớ vì Kỷ Niệm nào cũng Đẹp. Bản chất của mây là cuồn cuộn như tóc người yêu mình chưa chải đấy thôi!

Anh Nhớ Em Hoài Mắt Có Đuôi

Mưa bốn ngày luôn, mưa đã dứt... chắc không là ngớt? Chắc mưa ngừng? Hai cơn bão... hứa, không bay tới. Gió nhẹ như là chải tóc thông!

Trước mặt tôi, rừng. Không bát ngát. Chỉ chừng trăm cây, nhiều thứ cây. Cây thông, tôi nhớ thương Đà Lạt - cố quận tôi thông lớp lớp dày...

Cố quận! Trời ơi là cố quận... ở đây dù một lá thông bay sao tôi nghe mát trong mùa Hạ... và ấm mùa Thu mấy bữa nay!

Cơn mưa dài suốt bốn ngày qua... tôi thấy tôi không ở tuổi già - tôi vẫn trẻ trung, Thầy Giáo cũ... tin rằng mưa tạnh núi đầy hoa!

Tôi tin mai mốt trên đồi sương, tôi thấy nắng vàng hoa hướng dương, tôi thấy học trò đi cắm trại... Tôi không thấy ai đi cô đơn!

Lòng tôi bằng phẳng như tờ giấy, tôi vẽ lô nhô núi với rừng, tôi vẽ... màu mưa không có nước... nhưng mà có những khúc như sông!

*

Em à, anh nhớ em rồi đó... Nhớ quá Quê Hương cũng một lần. Đời Lính, anh yêu rừng nhớ núi, nhớ hoài... em nhé, một Giai Nhân!

Trời mưa đã dứt, thông thơm ngát. Em-tóc-bay-về-đó-chớ ai? Em tóc bay về mưa xa vời... Anh cầm tờ giấy ướt đem phơi.

Nắng dù chưa có, em là nắng, anh nhớ em hoài: mắt có đuôi...

Ghép Được Chữ Thì Có Một Bài Thơ

“Bây giờ là mấy giờ?”. Nửa đêm rồi em ạ! Không có ai nói nhá, mười-hai-giờ-khuya đâu!

Thơ anh đó, mấy câu... có của em, câu hỏi! “Bây giờ...” ... em vừa nói; bây giờ là nửa đêm!

Nếu... còn câu nào thêm, đều của em, ai biết! Ngày của em là mệt – anh chúc em ngủ ngon!

Ai ngờ... em không thương / anh, nên ngủ không được! Cái mền đắp em trượt / mấy ly, rồi, thấy chưa?

Ngoài trời không có mưa / thì thôi em ngủ tiếp. Anh hôn em chắc kịp... mai – bình minh, chịu không?

*

Thơ tôi... dòng nối dòng / vì Tình Yêu là suối! Hồ Xuân Hương... chân duỗi... hàng-chân-ngọc-song-song!

Nhiều lúc, tôi, mênh mông vẽ cho mình trang chữ. Mở bài, bạn thấy chớ? Thơ Tình như Liêu Trai!

Tôi không có tương lai! Mà ai? Giơ tay thử? Chúng ta... người tứ xứ, đôi khi buồn... mà vui?

Tôi hôn em, trăng soi... sáng đôi bờ mi mắt. Lòng tôi, dao nào cắt buồn quá vậy Quê Hương...

Tôi viết trong đêm sương, lòng không hờn, chỉ tủi... Tình Yêu Là Con Suối róc rách rừng Lang Bian...

Em! Nếu em nằm nghiêng / tóc em – thông Đà Lạt... Anh dìu em ra thác, em ngủ trong lòng anh!

Coi Như Chàng Về Đại Lược
Thiếp Ngược Kim Long
Đến Đây Chỗ Rễ Của Lòng

Cali có ít sa mạc, nhà cửa, cây cối, khá nhiều. Xa lộ không cong không queo. Buồn bởi hai mùa lạnh, nóng!

Ai sống đến đây để sống, hy vọng bán sức có tiền. Hy vọng tìm thấy cái duyên, ở đời có duyên có bạn...

Tảng lờ quên đi mưa nắng, Cay đắng tảng lờ để vui. Đêm đêm yên giấc ngủ vùi, ngày ngày mồ hôi cứ chảy...

Tấm lòng nhiều người gói giấy, lâu ngày mở thấy tâm tư! Nhiều người từ thiếu tới dư. Lấy nước mắt lau nụ cười.

Lấy nước mắt tô cuộc đời. Lấy lời thưa cùng Chúa, Phật. Có người thành công hạnh phúc. Có người hạnh phúc còn mong...

Cali thiếu những con sông, thiếu nước vì nước có chủ, dân thì có nước chính phủ, ăn xài có chắt có chiu.

Hai trăm năm qua có nhiều người đến đây và sống chết. Người ta đào vàng, vàng hết. Người ta bơm dầu, dầu còn...

Hai trăm năm qua đủ mòn, đủ cho mầm non trổ lá...
Cali đang có tất cả từ heo hút đến freeway.

Quan trọng là những bàn tay người ta gặp nhau nắm chặt! Bạn và tôi gặp không mất! Mừng nhau chào nhé Hello!

Mỹ không cần ta hoan hô, nó chỉ cầu ta bầu bạn...
Thôi, hai đứa mình vào quán ngồi nhìn chơi mưa bóng mây...

Kim Long Đại Lược là đây, chỗ rẽ của lòng quyến luyến!

Nhớ Lắm Bầy Hải Âu Mến Thương

Nhiều năm không ra biển / nhìn lại Santa Monica... Một phần vì "đã xa", một phần không-có-chuyện.

Bầy hải âu thương mến chắc vẫn còn đó thôi! Chim thương mến mọi người và mọi người thương mến chúng!

Tôi không nghĩ mình sống để trở lại "ngày xưa", bầy chim trong tôi, mơ chắc chi còn sống đủ?

Hải âu không ở rú, cũng không hề ở rừng. Quê là biển mênh mông bềnh bồng cù lao biếc...

Có lần ở Red Wood tôi thấy nhiều hải âu, chúng san sát bên nhau trên dãy đồi sở rác...

Những hố rác bát ngát. Rác vun thành núi non... Có cả hải âu con. Ôi Quê Hương đẹp quá!

Ngay trung tâm Los Angeles, tôi cầm ổ bánh mi, hải âu cứ bao vây, tôi có chia cho chúng...

Một con hải âu... loạn / sà tới cướp của tôi / ổ bánh / bay lên trời... Tôi phải mua hai ổ khác, không ăn, thả cho chim...

Hải âu là loài chim từng làm cho trái tim của tôi đập mạnh! Lâu lắm tôi không tránh, chỉ vì hoàn cảnh xa...

*

Tôi đang nhìn bầy bươm bướm đậu xuống một vườn hoa.

Tôi nhớ thiết tha bầy hải âu bay trong phố... Không ai ăn bánh mì nhỉ, nên đây, không có chim... Người Cảnh Sát đứng im... chắc sẽ không im với ai bỏ rác!

Tôi không đi chỗ khác!
Tôi thích đứng chỗ này!
Nhớ xưa hải âu bay...
Long Beach, San Pedro, Santa Monica, Oxnard...
bao la... mà... mà trong cái nheo của con mắt!

Nỗi buồn bao giờ cũng có thật!
Tôi yêu những giọt nước mắt long lanh con mắt người yêu!

Người Lớn Thèm Nắng
Như Con Nít Thèm Cà Rem

Mưa... thì chắc không mưa! Mấy hôm nay thèm nắng! Ông Trời như đi vắng? Lạnh rồi, Trời thăm ai?

Trời đi tìm tương lai / cho loài người vui vẻ? Cuối tháng Halloween ghé... cũng là Lễ tưng bừng!

Ngày đó mới mùa Đông... Ngày đó dòng năm tháng / chắc không có lãng mạn... vì ma không ước mơ...

Trong ánh sáng tỏ mờ, bây giờ gần như vậy... Câu thơ không biết chạy, niềm vui thì cứ trôi...

*

Thèm nắng lắm, thưa Trời!

Ngày hôm nay quá lạnh!

Mùa đi không xúng xính mà lặng thầm... như câm!

"Anh cho em mùa Xuân, nụ hoa vàng mới nở!". Thơ của Kim Tuấn đó, thuở nào... xưa quá xưa!

Thuở nào niềm ước mơ của con người buốt giá, của con tàu biển cả lạnh lùng tảng băng trôi...

... và mây bay trên trời. Ông Trời đem nắng giấu! Mồng tơi leo bờ giậu, thơ ấu mực tím nhòa...

Bạn ạ, mình xót xa... Này bài thơ buổi sáng! Mây sương mù chưa tản, gửi bạn niềm bâng khuâng...

Dễ Thương Là Thơ

Chỉ có ba tuần lễ – tròn trịa hăm mốt ngày: mùa Thu đến năm nay – những nhành cây trơ trọi!

Gió chỉ hiu hiu thổi vậy mà cũng hoang vu! Mấy năm trước mùa Thu, đôi khi có gió lộng...

Hiểu ra thì đời sống không bình thường như thường. Chắc những mối yêu thương cũng thế này thế nọ?

Nhiều bạn tôi đã bỏ / cuộc đời tạm đi rồi, tôi chờ đến phiên tôi... lạc loài rồi sum họp?

Nhiều câu nói trong "tốp" / chữ nghĩa có vẻ... kỳ! Bạn tôi "trước khi đi" bảo đó là chuyện gở...

Chúng tôi cười không nỡ... khóc mùa Thu lá bay?

*

Mỗi ngày dò email, tôi thấy càng trống vắng! Lại ra ngồi thềm nắng, mùa Thu trời không mưa!

Nghĩ gì cũng thành thơ! Câu năm chữ khô khốc! Nhưng hai chữ "cô độc" cao vút ngọn cây Palm!

Có nhiều trưa sương tan loang loang bao niềm nhớ... cây đa và cổ độ hồn nhiên trong ca dao!

Có nhiều chiều nao nao... mây vừa tan đã hợp rồi hoàng hôn như hớp cái hồn người ta đi...

Em à, anh nói chi? Dỗ em... hôn ngón út!

Những Nụ Hoa Hồng Vàng Vì Em E Ấp Nở

Mùa Thu... như hàng năm: một tuần là dài lắm / làm cho ngày bớt nắng, làm cho đêm dài thêm...

... làm cho anh nhớ em / khi mùa Đông đang tới, chắc chắn em đang nói: "Mình diện áo ngự hàn!".

Rồi chúng ta lang thang / đi trên đường tuyết trắng. Nhiều con đường rất vắng / đến Giáo Đường rất thưa...

Tuyết bay. Không phải mưa... Không phải sương... em nhỉ... mà là hoa tứ quý / nở chào mùa cuối năm!

Những nụ hoa hồng vàng / vì em e ấp nở... cũng vì anh có hứa / hoa đào phai rồi mà...

Anh nhớ... hồi xưa, xa... Lan Đình – thơ thật ngộ: "Hoa đào phai về mùa Xuân quá khứ, đền cho em màu rực rỡ hoa vàng!". (*)

Mùa Thu có lá vàng. Mùa Đông có hoa vàng! Tôi yêu nàng tha thiết! Đừng cười anh, nói thiệt: "Còn Ai Trên Thế Gian?"

*

Còn em thôi! Giai Nhân... Nụ hoa vàng trong tuyết!
Con nai vàng ngơ ngác, kệ nó mà, nha em? (**)

Chúng mình hãy nhỏ thêm / từng ngày về Cố Quận...
Em sẽ là Cô Thắm, anh là khách Tao Nhân...

Chúng mình dạo đường Xuân – đường Xuân không có tuổi! Chuông Giáo Đường chết đuối... mình khép cửa con sông!

Mình ôm tiếng boong boong / mình thổi bừng bếp lửa...
Ôi tiếng reo nho nhỏ / khói lam mờ chân mây!

(*) *Thơ Lan Đình*

(**) *Thơ Lưu Trọng Lư*

Ngày Thu Giữa Tháng Mười

Sau một ngày mưa lại nắng. Cả trăm thành phố đều mưa! Có chỗ thì mưa rất thưa, có nơi mưa thành lũ, lụt...(*)

Thành phố của tôi nhỏ nhất và mưa cũng nhỏ như... em, cái tuổi mười bảy nhem thèm... cái miệng nhìn mà muốn cắn!

Em không ở đây, xa lắm...

Huế mình, ngoài nớ cũng mưa. Trời lạnh chắc người đưa thư... ôm chồng thư lau nước mắt?

Ở đâu cũng là Tổ Quốc vì giọt nước mắt giống nhau... Ít ít thì chậm chậm lau... nhiều thì để tràn lênh láng!

Em à, Tháng Mười, giữa tháng, Thu này có chậm, vẫn Thu – vẫn em... cái bóng mờ mờ... cái hình núi non biển cả!

Năm mươi năm rồi... lâu quá... núi mòn, sông cạn chiêm bao... Biết mấy mùa hoa anh đào nao nao cái màu hoa cúc...

Cúc vàng em cài trên tóc... Em hoài Chị Đẹp của anh! Anh cất dành em tuổi xanh để em làm khăn choàng cổ!

*

Hết mưa...
Thôi, mình ra phố!
Em hoài Chị Đẹp! Hôn Em!

(*) *Làng mạc ở Mỹ được gọi là Thành Phố (City). Nhiều Thành Phố tập họp thành một Quận (County) và County đó mang tên Thành Phố chính thức, Thí dụ: Temple City, Rosemead City, San Gabriel City, El Monte North City, El Monte South City... và nhiều nữa, chính thức thuộc về Thành Phố Los Angeles gọi chung là Los Angeles County hay riêng là City Of Angeles...*

Sáng Hôm Nay Tôi Có Hai Mặt Trời

Mưa bữa hôm kia còn nước đọng / chút thôi mà cũng tựa tấm gương soi / để sáng hôm nay tôi có hai mặt trời / nhưng duy nhất nhớ là em-duy-nhất!

Mưa tự ngàn xưa tình yêu là giọt mật / em thơm lừng hương phấn núi rừng thơm... Mặt trời thấy từ bình minh tới hoàng hôn, em-trong-hồn-anh-long-lanh-mãi-mãi...

Chắc chắn tại... Em Được Sinh Ra Làm Con Gái Để Anh Thề Chê Hết Thảy Giai Nhân! Em là mùa Xuân bước sang mùa Hạ. Em là hoa lấp lánh trong chùm lá... dễ thương ôi là cái nhánh cây rung rinh...

Tình Yêu làm người ta giật mình: mình mất cái quên rồi để nhớ mãi người thương... môi đỏ má hường... hoa nở trong vườn mừng em bên Ngoại!

*

Những buồng cau chín vàng từng trái. Ngoại không còn, cau xanh mướt nhớ nhung... Cau soi bóng trên dòng sông phù sa bập bồng trôi trôi... thành mây trắng trên đồi!

Huế ơi! Em ơi! Trái tim anh nó gọi bầy cò bay qua từng mỗi cánh rừng... Hoàng hôn vàng giát liễu Phú Xuân!

Anh nhớ em từng ngón chân!
Anh làm được câu thơ hay nhất!

Một Bài Thơ Trong Cơn Mưa Tình Cờ

Tôi đưa tay gỡ tờ lịch cũ, sáng hôm nay lịch mới, sáng trời mưa. Mưa nhẹ nhàng! Mưa nhã nhặn. Mưa thơ! Tôi nói thế, tôi xin Chào Thu Mới...

Khóm hoa cúc, mấy tháng nay mong đợi... nhỏm dậy chào trời rưới giọt bình minh! Tự dưng tôi nghe mình giật mình: "Hoa cúc biết làm thơ như người ta nhỉ?".

Em thấy nha, tôi một lòng chung thủy... nói về hoa như thể nói cùng em! Ai biểu em có mái tóc thật mềm... như con suối chảy qua thềm sơn thảo...

Quê Hương mình, tôi biết là em giấu trong tóc huyền mơ trong vắt giọt mưa Thu! Trong lời Kinh em đọc nhỏ, không ngờ trời đất cảm mưa đầu mùa – Thu mới!

*

Em ơi em Tình Yêu luôn vời vợi như mây bay như nắng gợn bềnh bồng, anh hôn em Tình Yêu Quý Non Sông, gió có thổi tóc em không... chờ đó!

Mùa Thu Lá Bay

Mùa Thu là mùa buồn bã – không phải mình tôi nói đâu! Hỏi Thu? Ai cũng một câu: Mùa Thu là mùa buồn bã!

Mùa Thu là... mùa của lá! Hoa chưng trong tiệm không rơi... còn hoa mình thấy trên đồi... là hoa của trời của đất!

Mỗi lần gió qua phần phật... con đường lá rụng như mưa. Thành phố vun lá thành mồ... vài hôm sau mới hốt hết!

Lá mà rời cành, lá chết! Cành còn... sống tiếp sang năm! Tôi nói với hoa, nói thầm: "Mong hoa... đừng là như lá!".

Có khi hoa rơi lả tả... Cháu tôi Ngoại ơi Mưa Hoa! Chắc hoa không có tuổi già... hoa rơi tại buồn hoa khóc?

Tôi nghĩ theo lòng... chiều dọc, còn chí tôi thì chiều ngang... Ôi ai có chí cũng tàn! Lính chỉ một người Tư Lệnh!

Năm mươi năm đời bất định! Xuân, Thu, vẫn đúng hạn kỳ... Tôi làm Thơ chơi... chuyển đi... vài chiếc lá khô vàng úa...

Màu lá vàng như màu lúa... Lúa vàng mùa gặt ở quê! Tôi Cải Tạo thì có về, chớ xa quê thì mất hút...

Quỳnh Dao có pho Tiểu Thuyết "Mùa Thu Lá Bay"... thành Thơ... Tôi làm Thơ tôi thành xưa, không có thành xưa nào sụp!

Chỉ có những lần hớt tóc... chải đầu, tóc bay Thiên Thu...

Mùa Thu Cali Bước Nhẹ

Mùa Thu Cali bước nhẹ, bước chậm... Bây giờ mới cuối tháng Mười! Lạnh có, mà như mây trôi. Trưa nắng thì nghe mát mát...

Các Tiểu Bang ở phía Bắc, phía Đông, đã lạnh ngút ngàn. Tuyết trên Bắc Cực chưa sang, chắc phải chờ thêm tháng nữa?

Cali, thương những đám cỏ, không mưa, khô héo... phát rầu! Coi như "Chị Đẹp em đâu...", chắc đáp là "Em không biết"!

Nói Thu là thương, không ghét. Mà ghét... không ghét thời gian, cả không gian này, vũ trụ! Những gì tạo bởi Thượng Đế, thương hoài và rất biết ơn!

Chúng ta có bữa ăn ngon, áo quần mùa đơn mùa kép. Giày cao hoặc là giày thấp... ta đi trên trái đất tròn!

*

Cali chiều, sáng, chuông ngân nhắc cho con người biết... nhớ. Trước tiên là nhớ phận người, tiếp theo: nhớ Trời, nhớ Phật!

Có nhiều điều thật... không thật, con người lại rất thiết tha / như Chúa, như Phật, Ông Bà, như là Quê Hương, Cố Xứ...

Đố ai trước khi đi ngủ không cầu mong được bình an? Đố ai khi cầm miếng ăn không nghĩ bạn bè cố cựu!

Có những mùa thu xa xứ, xin cùng kể tiếp... cho vui (!).

Hello Sáng Thứ Bảy

Thứ Bảy cuối tuần Vui Vẻ Nhé!
Người bên hàng xóm gặp tôi, mừng!
Ôi chao đẹp quá tình lân lý,
Hạnh Phúc còn gì hơn nữa không?

Anh ta, người Mễ râu ria rậm,
Tôi, Việt Nam đầu mới bạc thôi...
Hai đứa đều đang xa đất nước
Bỗng lòng mát dịu áng mây trôi...

Thứ Bảy cuối tuần... chuông Nhà Thờ
Vang vang trong nắng, nắng gần trưa...
Trời Thu dịu mát như ly nước
Thơm ngát mùi hoa cỏ Tự Do!

Thứ Bảy chào đi mà quyến luyến:
Tôi ra phố chút, anh vào nhà,
Hẹn một mai chiều ta gặp lại
Chỗ này chặng cuối quãng đường xa...[*]

---

[*] *Thơ Nguyễn Bính: "Gớm sao có một quãng đường mà xa!"*

Duyên Giăng Giăng Mưa

Bão tận Ca ri bê... nên Cali cứ nắng!
Mới hơn bảy giờ sáng, nắng bừng lên chào ngày!
Và đàn chim sẻ bay. Hai con mèo ngồi ngó...
Những hạt gạo còn đó... mái nhà kia, còn sương!

Một ngày mới dễ thương nhưng bắt đầu thấy ghét!
Hai con mèo chết tiệt cứ rình chim, là sao?
Tôi đuổi mèo đi mau, chúng về lại nhà chúng...
Chim đâu biết, cảm động: lòng tôi yêu quý chim?

Tôi lục ca dao tìm có câu nào thật đẹp
để nói cho em biết lòng tôi thương nhớ em!
"Tìm em như thể tìm chim,
chim ăn biển Bắc, anh tìm biển Nam!".

*

Cơn bão không đi ngang. Santa Monica biển lặng
Tàu Long Beach đi thẳng, nó lên San Francisco?
Nước rẽ trăm đường thơ, hồn tôi tan, ngơ ngác...
Biển một thời tôi lạc, em lạc biển trời nao...

Nhớ quá, Ngoại, vườn cau có em theo lúp xúp...
Cũng nhớ chớ, giàn mướp hoa vàng, dây hay duyên?
Không mà! Anh nhớ em... Nghĩ lúc trời biển động,
Sóng lòng tan theo sóng, duyên lòng giăng giăng mưa...

Chao ôi Một Bài Thơ
Sáng Nay Tôi Làm Nháp!
Em, chim ăn biển Bắc
Tôi, đi tìm biển Nam!

Nam Mô A Di Phật
Tiếng Chuông Chiều Boong Boong

Hôm nay không có thơ. Mình và thơ không hẹn. Thì mình không phải đến, thơ khỏi đến với mình...

Hôm nay không âm thanh ngoài tiếng gió lay động những chòm cây gợn sóng lung lay như âm ba...

Hôm nay là hôm qua nếu nó chưa đi mất! Tôi nhìn vào chùa Phật, thấy người ngồi đọc Kinh.

Kinh là sách, chữ in... trang này rồi trang khác. Đọc thì nghe có nhạc, xếp lại là... cuốn Kinh!

Có vậy sao Niềm Tin người ta nhìn và thấy... máu của mình đang chảy, trí óc mình sáng ra?

Tôi đi hỏi nụ hoa. Hoa cười hương thơm ngát... Tôi nghe mình như ngạt mùi hương ai áo thơ...

*

Ôi áo thơ ngày xưa... Câu đó là Thơ nhỉ? Đã mấy rồi Thế Kỷ? Hai mươi thôi! Chừng nhiêu...

Nghĩa là đâu có nhiều mà nhiều người Thiên Cổ! Tôi nhớ trường hồi nhỏ, tôi nhớ Thầy, nhớ Cô...

Tôi chưa thăm bao giờ mả mồ Thầy, Cô cũ... Lớn lên, tôi rừng rú... Lớn thêm, tôi tàn binh!

Quả thật có giật mình: Hôm Nay Thời Gian hả? Tôi cúi nhặt chiếc lá hôn phơn phớt màu Thu...

Tôi nhớ có người Tu / nói đời là Cõi Tạm. Tôi nâng vạt áo xám của người vương mây xa...

Một ý thơ nảy ra, lòng tôi... nằm trước mặt! Nam Mô A Di Phật... Tiếng chuông chiều... boong... boong...

Điêu Khắc Gia Và Người Thi Sĩ

Nhìn ra trời mù mịt, tôi nghĩ: Hôm nay một ngày mưa... Nhưng rồi như... ngày xưa: trời mù rồi lại sáng! Tưởng mưa mà vẫn nắng! Ôi chao! Mây mùa Thu...

Mùa Thu thì âm u hay thường, thành thường lệ... chỉ khi nào nắng xế mà gió heo may nhiều... lúc đó ngày đáng yêu và lòng chắc... nhiều nhớ!

Nhớ ca dao cổ độ!
Nhớ bờ sông đất bồi, bên kia bờ sông lở...
Nhớ những chùm hoa nở – hoa dại sao nở hoài?
Dĩ nhiên nhớ thương ai – nhớ lâu rồi, cái tên, mình quên... nhớ!

Ai... nụ cười rực rỡ chỉ nhớ để hoài thương!
Nguyễn Bính nói Hướng Dương là lòng con trai nhé!
Còn người nữ... sao nhỉ? Chiếc đò xuôi? Chiếc đò xuôi? (*)
Cười, nở trên môi: nụ môi! Nụ hoa dại... hoa dại, nở kìa, không ai hái, duyên lắm mới vào Thơ!

Em ơi... anh đang mơ? Giấc mơ đêm dậy muộn? Giấc mơ lòng vẫn muốn... Em Là Pho Tượng Mây!

*

Pho-tượng-mây... Pho Tương Mây... Hay! Hay! Không điêu khắc gia nào tạc... bởi vì mây bát ngát, lòng người ta bao la...

Điêu khắc gia thoảng qua trên thị trường sỏi cát. Thi sĩ thì tung nhạc lên trời, thơ thành mây!

Nguyên Sa nói bàn tay. Bàn tay nào cũng tuột! [**] *Xe lửa hú đứt ruột lòng người bao sân ga...*

(*) *Thơ Nguyễn Bính: "Lòng anh như hoa hướng dương, trăm nghìn đỗ lại một phương mặt giời; lòng em như chiếc đò xuôi chỉ về một bến, chỉ trôi một dòng...".*

(**) *Thơ Nguyên Sa: "Anh sẽ cầm lấy đôi bàn tay, tóc em anh sẽ gọi là mây, ngày sau hai đứa mình xa cách, anh vẫn được nhìn mây trắng bay...".*

Bắt Đầu Nắng Đà Lạt
Núi Đồi Vàng Hoa Quỳ

Bắt đầu nắng Đà Lạt, hoa quỳ vàng núi đồi...
Người ta nói nắng tươi! Người ta vui vì nắng...
Nắng và lòng người ấm! Hoa và khắp... rừng hoa!
Ngôn ngữ thời Thái Hòa bật lên theo thông vút...
Tình Yêu luôn đẹp nhất... khi người ta có Tình!
Đừng nhé, ai làm thinh! Nói đi: Chào Đà Lạt!
Chao ôi tôi mất mát... "cái gì nhỉ" Quê Hương?
Tôi vẫn kẻ bên đường... đi hoài và "đâu" tới?

*

Có một người từng nói: "Tôi ngắm hoàng hôn Bốn Mươi Lần khi tôi nghe bâng khuâng... ngày rơi trên đầu tóc!" (*)
Ai đó đếm Hạnh Phúc hay dừng lại giữa đồng?
Đồng cỏ không hoa hồng... khi mặt trời đi dạo...
Quê Hương tôi vũng máu thành phân bón hoa quỳ.
Nhiều người bỏ quê đi và có quỳ đâu đó...
Tôi nhắn lời qua gió: "Hoa nở vì Anh Em!".
Anh em ạ Hoa Tim... chúng ta không cầm rửa!
Khi hái trái chín đỏ, người ta rửa mới ăn.
Người ta hôn hoa thơm... khi người ta cúi xuống!
Chúng ta không hề muộn... vì mai là Bình Minh!
Tôi nói Tôi Với Mình! Mình ơi, anh Yêu Quý!
Không ngờ... hai Thế Kỷ hoa Quỳ vàng ngẩn ngơ!
Không ngờ Đà Lạt thơ... học trò tôi ngơ ngác!
Tôi muốn hôn Đà Lạt: Nụ-Hoa-Trái-Tim-Tôi.
Ngày nào tôi ngậm cười... em thấy hoa quỳ nở!
... trong lòng của em đó! Trên-Đồi-Núi-Lang-Bian!

(*) *Câu này của Albert Camus.*

Quán Cà Phê Bên Đường Mở Cửa Đón Mùa Đông

Sáu giờ hơn còn tối. Mặt trời chưa thấy lên. Đường phố mới tắt đèn. Mùa Đông rồi? Sớm quá!

Mùa Thu theo mùa Hạ... chuyện không lạ hàng năm. Mùa Thu đến âm thầm / và ra đi lặng lẽ...

Nó giống người tráng sĩ / tuốt kiếm chém lá vàng / mà không cần ngó ngang / cũng không cần ngó dọc...

Những nhành cây đứng khóc. Hoa tuyết có ai chờ? Mùa Đông về gió mưa... Mùa Đông về lạnh buốt!

Thành phố tôi quen thuộc / ba sáu năm, sáng này: ra xe, sương phủ, dày; ngó quanh, sương mù mịt...

Máy nổ. Xe nhúc nhích. Tôi chạy trên đường sương... Mới có sáu giờ hơn. Sương chắc trưa mới tản?

*

Tôi tìm một chỗ tán / chuyện mình tôi với sương... Quán cà phê bên đường, cảm ơn! Vừa mở cửa...

Thơ Chỉ Là Gợn Sóng Trên Dòng Sông Nhấp Nhô

Tối hôm qua trời mưa. Sáng nay mưa, còn đó. Trời êm không có gió, mưa rơi thẳng xuống thềm...

Em à, anh nhớ em! Nói thêm từng buổi sáng. Trưa còn mưa, không nản: lại lặp lại... lòng anh!

Lòng anh: cuốn vở xanh, bìa hình xích lô máy... Chiếc xe đó không chạy / mà... thời gian cứ qua...

Em ơi rồi chiều tà. Em ơi rồi đêm tới... Anh biết em không đợi anh nói gì phải không?

Vì... khi mở từng trang... lòng, anh là tờ giấy cuộn... thời gian thành cánh phướn / sẽ thành cờ tung hô!

Em dù ở phương mô, anh vẫn ngờ trước mặt! Anh nâng tay em bắt... bắc cây cầu nhớ thương!

*

Em à, trời bốn phương, lòng người thì tám hướng (Phật nói hơn, nghe sướng: Thập Phương, mà!). Trời ơi!

Anh viết chi? Lại rồi... mỗi buổi mai thức dậy / vẫn là hàng chữ ấy: Em Yêu Quý Của Anh!

Cái gì cũng mong manh! Bài thơ nào cũng mỏng... thơ chỉ là lượn sóng trên dòng sông nhấp nhô!

Thơ chỉ là gợn sóng trên dòng sông nhấp nhô...

Tôi Trải Giấy Ra Tôi Chép Lại Những Câu Thơ Làm Thuở Tóc Xanh Xưa

Tờ giấy là tờ giấy... sao như trời mênh mông?
Tấm lòng là tấm lòng... tôi trải trên tờ giấy!
Nhớ lắm mà phương ấy áo Hoàng Hậu Nam Phương,
ai thơm ngát mùi hương nghe trong vườn cau Ngoại...

Tấm chiếu thời gian trải đêm Mười Bảy ngoài sân
Nằm xuống ngó lên trăng... trăng bao giờ mười bảy
ai cũng bằng tuổi ấy theo Ngoại rồi theo ai?
Tàu lá chuối bay bay, gió phù sa chải mướt!

Ai bỏ đi mà được... đêm mười bảy dừng quân?
Em ơi đây là rừng... như sân nhà hồi đó
gió bay em trong gió... gió buồn hiu buồn hiu
anh chải theo chải theo giọt mù sương con mắt!

Phải chăng mình xa thật từng cây số của anh?
Phải chi em áo xanh... long lanh từng ánh Nguyệt!
Phải chi em mà biết... tiếng súng vang cắc chù
mai không phải bây giờ... trăng mờ trong chốc lát...

Mơ áo màu xanh áo màu xanh
gió bay áo lượn thướt tha tình...
thời xưa Thầy chỉ khoe cà vạt
khuynh diệp lá vàng tóc nữ sinh...

*

Đời rất đẹp – những bài thơ của Lính
Nước Non mình là Cẩm Tú Giang Sơn!
Em nghiêng nón em che khuôn mặt
... mà hành lang sáng rực một hành lang!

Hồi Âm Một Cánh Thư Oversea

Ờ nhỉ rất lâu, đã rất lâu...
Mỗi ngày, tôi nhận được vài thư
(nhiều khi thư đến là Thư Chợ,
thi thoảng bà con, bạn nhớ nhau...)

Hôm nay tôi nhận được thư Em...
Gần sáu mươi năm, mây qua thềm...
Ai biểu khi không mây đứng lại,
Chữ Em, hình Em, ... ôi Thời gian!

Thư của Trò xưa! Thư Học Sinh.
Tôi hôn tờ thư. hôn tấm hình...
Em, dĩ nhiên là Em-Rất-Đẹp!
Thư, dĩ nhiên là Thư-Rất-Tình!

Tôi cảm tạ Trời cho tái ngộ!
Tôi cảm ơn Em... cho nhớ thương...
Ngày xưa – trường cũ, phim quay ngược
Ôi ngược xuôi hoài gió đại dương!

Thầy hồi âm em bằng thư này
Thương hoài em mãi nét thơ ngây
Thương hoài em thuở là cô gái
Thầy ngó ra... Em-Ngoài-Rào-Kẽm-Gai...

Thầy Cải Tạo về, em có thăm...
Nắm tay em Thầy nói mình không gần
Em rơi nước mắt: Thầy đi Mỹ?
Thầy gật đầu... Mình Là Cố Nhân!

Mình... là... Cố Nhân!

Kéo Lại Một Giờ
Ngủ Nhiều Thêm Một Đêm

Mùa Đông mà, em ạ: Ngày thì ngắn hơn đêm...
Do đó, ngày dài thêm... dẫu chỉ ngày thứ nhất!

Lùi một giờ... Hạnh Phúc! Mình ngủ nán một đêm!
Một đêm anh với em, đúng như mình ước muốn!

Sáng hôm sau dậy muộn – nụ cười em – Mặt Trời!
Còn gì quý trên đời? Tình Yêu! Và Chia Sớt!

Muối và Gừng... đều Ngọt / không chỉ mặn chỉ cay...
Nhiều "định nghĩa" hôm nay... hay hơn hôm qua em nhỉ?

Giống em từng lí nhí: "Ngửa Bàn Tay Anh Ngồi!".
Bài em đố thật Vui! Anh trả lời... không trật!

Chữ gì chôn dưới đất?
Chữ gì cất trên trang?
Chữ gì mang không nổi?
Chữ gì gió thổi không bay?
Anh ơi đáp được câu này
... thì em xin ngửa bàn tay cho anh ngồi!

Chữ Thọ Đường chôn dưới đất!
Chữ Hiếu cất trên trang!
Chữ Tình mang không nổi!
Chữ Đá Vàng gió thổi không bay!

Em à, anh đáp đúng, sai?
Đúng thì... hãy ngửa bàn tay anh ngồi!

Em lí nhí, nghe rồi! "Này anh, em ở trọn đời với anh!". Bàn tay em... một cái nhìn là đuôi con mắt là... tình tình tang...

*

Hoa chanh nở mãi không tàn
Thầy U mình một xóm làng... Trăm Năm!

Thơ Tôi Thầm Thì Trong Giấc Chiêm Bao

Cali hiếm có mùa Đông tuyết,
Nước Mỹ đâu thì cũng giống nhau:
Tháng Chạp, Giêng, Hai..., trời giá buốt
Ngàn lau hoa nở trắng ngàn lau!

Cali cũng hiếm đời xa cách,
Sông ở đây như suối rất hiền,
Vì núi non nhiều hơn thảo dã,
Nhọc nhằn quên mất hội nhân duyên!

Cali có thể nhiều mây nhất
Mà những cơn mưa chẳng ghé giùm!
Lác đác vài cơn khi bão rớt
Lạc loài bay giữa cái mênh mông!

Tôi muốn thơ tôi là Tứ Tuyệt,
Khi không mà nó hóa freeway,
Nó không chậm rãi mà vun vút
Không cánh... mà hồn cũng cứ bay!

Lục lại những bài thơ cũ, đọc,
Lại nghe sông núi thở bằng thơ!
Lại nghe mình nói như thầm thỉ,
như nói cùng ai trong giấc mơ...

Ảnh: HQ

Chim Xa Rừng Anh Không Xa Em

Em bỏ bùa tôi, biết mà! Tương tư, buồn bã... hôm qua đến giờ! May mà trời có đổ mưa / cho nên tôi cứ đổ thừa: không chi!

Không chi? Là Không-Có-Gì. Ở sao kỳ nhỉ thấy kỳ như không? Nghĩa là tôi sắp điên chăng, hay đêm nay chẳng thấy trăng nên buồn?

Chắc buồn trời mới mưa tuôn? Mưa tuôn ai biểu khi còn buổi trưa? Tôi rồi cứ nghĩ vu vơ... Hoàng hôn không thấy, trời mờ mờ sương...

Ai về bên bến sông Tương... Con sông tên đó trên trang sử tình... Hồi xưa hai tiếng Ta, Mình sao nghe ngọt lịm như hình bài thơ!

Em à em giống người xưa chợt qua như mộng, nửa ngờ chiêm bao. Không ai nhớ chiêm bao sao, người ta chỉ biết ngọt ngào mộng thôi!

Bùa em bỏ mấy phần đời, tôi đi chiến trận, chết, rồi... em quên? Lậm bùa tôi có cái duyên, em trong khoảnh khắc thấy phiền có đau?

Chiến chinh qua tự thuở nào, cái áo lính trận cái màu nắng mưa, tôi ngồi nắn nót câu thơ, cái bâng quơ vẫn thơm tờ giấy xanh...

Chim xa rừng, núi không đành / nói cho chim biết cái tình Nước Non! Bùa thiêng em vẫn đây, còn, trong tôi có một linh hồn trống trơn...

Một Ngày Mùa Đông Không Mùa Đông

Một ngày mùa Đông không mùa Đông!
Buổi trưa vẫn thấy nắng oi nồng
Bay đi hết lạnh hồi mai sớm
Chiều sẽ thế nào, ai biết không?

Có thể chiều nay còn sót Hạ,
Vì trời không mây, không có mây
Mưa đêm nay chắc là không có
Có một mùa Đông ấm, ngộ thay!

Người ở Cali thường chẳng lạ:
Tiết trời đây chẳng giống "người ta".
Michigan, Bắc, trời đang tuyết
Texas, tuyết trời trắng tưởng hoa...

Florida thì giống Việt Nam,
Mùa Đông ở đó nắng chang chang
Nhưng mà... cái nắng-trời-đông-đá,
Lạnh cả trong giày ai lang thang!

Cali có lạnh mà không buốt
Trừ đêm Noel Chúa giáng trần...
Đêm đó, Trời ơi trời lạnh khiếp
Lạnh và buồn nữa - lạnh bâng khuâng!

*

Trưa nay, trời nóng, ngồi phơi nắng
Tôi thấy chim về mái ngói xanh,
Tôi thả cho chim vài nắm gạo
Tưởng là hoa tuyết nở lung linh...

Trưa nay, ai biết lòng tôi nhớ
Những em học trò mặc áo laine.
Tóc thả trùm che đôi mắt biếc
và trời xanh biếc cái xanh duyên...

Xếp Đặt Chơi Đôi Hàng Sáu Tám

Nắng lên rồi! Nắng có lâu?
Nắng khô giùm lá cây sầu riêng nha!

Nắng khô giùm nước mái nhà
mưa từ bữa trước, hôm qua đọng, còn.
Mỗi giọt mưa, một tiếng buồn
nắng reo giùm với cho nguồn cơn vui...
cho ai bất chợt bồi hồi
thấy ai ngang cổng tưởng người năm xưa!

Nắng lâu nha, cỏ hoa chờ:
Mùa Xuân sắp sửa hai bờ đường hoa...
Thơ Lục Bát, nghĩ rồi ra
hai hàng... đừng có ngã ba chia lòng!
Nắng lên rồi, nắng tôi mong
ai đi gót nhỏ sen hồng nở theo!

Nắng dịu dàng, nắng trong veo
nắng trong cái lược Thúy Kiều chải trăng...

Có Mây Màu Tím Mây Màu Đỏ Có Chút Buồn Vui Tê Tỉ Thôi

Đà Lạt ngày xưa... vẫn đó, còn:
Cái hồ vẫn đó, hồ Xuân Hương
Nghe tên thì nhớ người-con-gái,
Nghe sóng reo thì nhớ... Nước Non!

Đà Lạt vi vu có sóng hồ
Mà còn có gió thổi trong mơ
Mà còn trăng rọi rừng thông mộng
Hàn Mạc Tử còn để tiếng thơ...

Đà Lạt ngày xưa nó thế nào
Ngày sau Đà Lạt mãi ngày sau:
Đồi Cù soi bóng vờn du khách
Nắng ấm ai phơi tấm lụa đào!

Có thể bây giờ cô gái Thượng
không còn gùi nặng cái lưng đâu!
Học trò trường Yersin không có
cô Bắc Kỳ kìa, má đỏ au!

Đà Lạt – tiếng chuông Nhà Thờ Chính
Đà Lạt – tiếng Kinh Chùa Linh Sơn
vẫn không làm núi Lang Bian thấp
thì Nước Non mình hẳn đẹp hơn?

Em muốn cùng anh đi bách bộ
quanh hồ tròn trịa chỉ năm cây!
Năm Kilomet đo hồi trước
năm vạn năm mình bay trong mây!

Em muốn cùng anh lên Đại Học
Viện ngày xưa ngôi Trường bây giờ:
Mình không chạm mặt ai quen biết
Mình thấy mình Hai Đứa Bé Thơ...

Anh ơi anh ơi Đà Lạt ơi
Mình đang nói chuyện ở chân trời
có mây màu tím, mây màu đỏ
có chút buồn vui tê tỉ thôi!

Ngày Lại Qua Thôi

Ngày lại qua thôi! Chiều đã chiều...
Em hiền như Nguyệt để thêm yêu!
Xưa nay thơ chẳng ai gây sự
mà một câu thương nhớ rất nhiều...

Hàn Mạc Tử có thơ hai câu
Đêm qua nằm mộng giấc chiêm bao (*)
Gọi tên người mộng Thương Thương mãi
Từ đó sông nao cũng ngọt ngào!

Từ đó em là cây mía lụi,
Nha Trang Quảng Ngãi quá nhiều ga,
Mút không hết ngọt thời thơ ấu
Tình cảm, đi đâu cũng nhớ nhà...

Nhớ nhất Má chờ bên cửa ngõ
Má già, con dại, vẫn ngày xưa!
Lát rồi Má chặt vài cây mía
Con ngậm thương hoài tuổi ấu thơ!

Má ạ, tự nhiên con nhớ Má.
Nhang tàn khói tản chỉ ba cây!
Sao con bốn hướng tung hoành mãi
Lãng đãng mây chiều: Má chớ ai?

*

Mía lụi... Tự dưng cây mía lụi
Người ta rao bán ở thềm ga,
Bao nhiêu năm khúc, con mua hết,
Cái ngọt Quê Hương cứ đậm đà...

Má ạ... con nhai, nhai nước mắt
Hồn thiêng Má có thấy con không?
Gió nào tan hết trời mây trắng,
Con sẽ là sương để Má bồng...

Má ạ, nghe con đừng có khóc
Ngày con xa Má khóc... chiều nay!
Núm chuông cửa ngõ con không bấm,
Sợ Má ôm choàng con ướt vai!

(*) *Thơ Hàn Mạc Tử:*
Đêm qua nằm mộng thấy Thương Thương
Má đỏ au lên đẹp lạ thường...

Happy Thanksgiving Day

Rồi lại trải tờ giấy, cầm bút viết một câu: "now, how are you?". Câu hỏi của lòng nhớ!

Sao anh không ở đợ trong nhà em... bây giờ? Để lòng anh đầy thơ! Thơ tràn hai con mắt!

Viết xong, xếp giấy cất. Lát nữa lại mở ra. Bao nhiêu giấy rồi ha? Đã thành chưa cuốn sách?

Cuốn Kinh vẫn trắng bạch! Vô Ngôn Kinh Thị Như Chân Kinh! (*)

*

Ngày đang, ngoài, bình minh, trước mặt anh đèn mở... anh thấy rõ chữ Nhớ... anh viết Mừng Thanksgiving...

Ngọn bút lông bay nhanh vẫn ra hình yêu quý! Em vẫn em, kiều my... Em mây bay Trạm Hành...

Những đồi trà xanh xanh... Những cô gái người Thượng suốt đời đi làm mướn... hái trà bỏ vô gùi.

Những cô gái ấy vui, chỉ cười thôi, không nói. Công việc mỗi ngày gọi. Mỗi tuần thì có lương...

Cái hình ảnh Quê Hương... ôi mù sương Cầu Đất... nơi không có tượng Phật... vẫn Nam Mô A Di Đà...

Tháp Nhà Thờ xa xa, tiếng chuông ngân vừa vọng. Đồi trà gió gợn sóng, lát nữa ngày lung linh!

Em à, anh thình lình muốn ôm em hôn miết! Ngày Thanksgiving tới thiệt, anh Cảm Ơn Em Yêu Em!

(*) *Lời của Nguyễn Du khi vào một ngôi chùa mở một pho Kinh không thấy có chữ nào. Một tập giấy trắng được đóng rất cẩn thận.*

Mùa Đông Là Hạt Dẻ Mình Rang Cho Nồng Nàn

Mùa Đông như trái cầu!
Ngồi chỗ nào cũng lạnh...
Không có chỗ nào tránh
thì cứ ôm mùa Đông!

Những giọt sương thành bông
bay bay thành bông tuyết
cái màu trắng đẹp thiệt
và mềm nhũn như Em!

Chỉ có thơ đặt tên
được một loài hoa quý!
Chỉ có Em, anh nghĩ
duy nhất và yêu thương...

Em đúng là Quê Hương
Em cũng là gân máu,
Em là Con Đường Đạo
Em: Giấc Mơ Chính Nhân!

*

Một năm không chỉ Xuân
mà bốn mùa tiếp nối,
người ta thấy Công, Tội,
người ta hiểu Tình Yêu!

Em... dẫu còn chút chiều
Em mãi-mãi-là-Nắng
giống tóc mai dài, vắn
Tình Yêu là Muôn Năm...

Trao Em chữ M cầm,
Em thấy đó: Thánh Giá
một biểu hiệu không lạ
bởi Tình Yêu Trái Tim!

Đốt trầm hương dâng lên
cho Em thơm tóc nhé!
Mùa Đông như hạt dẻ
nồng nàn suốt Trường Sơn...

Mùa Đông là hạt dẻ
mình rang cho nồng nàn...

Đang Mùa Đông, Chờ Mùa Xuân

Mùa này trời ít nắng cho nên vườn ít hoa...
Mùa Đông buồn thật mà: bướm, hoa... người ta nhớ!

Chờ mùa Xuân lâu quá. Cũng chờ thôi, chờ thôi!
Ba tháng nữa hoa cười... đẹp lòng chàng Thôi Hộ!

Tôi yêu người Chiêm Nữ trên đá múa như hoa...
Tháp Chàm xe đi qua. Tháp Chàm rêu xanh tóc...

Tôi nói, nói với tôi, cho đỡ buồn một chút...
Câu: "Khứ niên kim nhật...", để lòng một giấc mơ...

Để lòng một Tiểu Thơ, nhủ lòng đừng phải hỏi:
"Ai sao xa vời vợi... cuối trời hay chân mây?"

*

Không bận gì hôm nay, tôi lật tìm thơ cổ
Thấy xưa người ta khổ, người ta tương tư buồn!

Tương tư là khói sương... ôi hoàng hôn Đất Khách!
Nắng hoàng hôn trên vách, sông rạch... cũng trường giang!

Huống gì nước Việt Nam, xa, rất xa ngàn dặm
Chiếc máy bay cao lắm chở ngày đêm trên mây...

Ai còn thấy bàn tay ai vẫy phi trường nữa...
Người đi mang theo gió... Gió vàng mấy Thiên Thu!

Mùa Đông... tôi đang mơ con-bướm-vàng-bờ-giậu
Nhớ nồi canh Mạ nấu lá mồng tơi xanh non...

Bao giờ nắng mới lên áo đỏ Mạ phơi lại?
Bao giờ nghe gà gáy... buổi trưa nghe nồng nàn?

Tôi buồn tôi lang thang, não nùng ai có biết?
Ôi Phan Rang, Phan Thiết, Ôi Đà Lạt, Huế ơi...

Sông một dòng sông trôi trọn đời đi ra biển
Mùa Xuân thì én liệng lầu thơ én xập xòe!

Một mai qua cơn mê, xa cuộc đời bềnh bồng...
Anh lại về bên em...(*)

(*) *Lời nhạc của Trần Nhật Ngân*

Ai Ơi Qua Đồng Cỏ
Hương Mùa Xuân Của Tôi

Ngày lại ngày... cứ vậy / mà trôi qua thản nhiên!
Chữ nghĩa nhiều khi phiền... nhiều khi mặc kệ nó!

Nhiều khi cũng giả bộ / không để ý thời gian!
Như không... để ý nàng – người con gái mới gặp!

Ông Nguyễn Du thật ác – ông có thơ thật hay!
"Người đâu gặp gỡ làm chi, trăm năm biết có duyên
gì hay không?".

Thơ Nguyễn Du: Con Sông dài nhất trên thế giới...
Nhiều cuộc tình đáng nói từ nhiều Thế Kỷ xưa...

... như cuộc tình Âu Cơ với Lạc Long Quân mình đó!
Nhiều cuộc tình kỳ ngộ... Bích Câu thật ngộ kỳ!

Tôi nghĩ Dương Quý Phi... / Lý Bạch... chàng thi sĩ!
Thơ của chàng thủ thỉ... như lời bướm lời ong!
"Vân tưởng y thường, hoa tưởng dung
Xuân Phong phất hạm lộ hương nùng..."

Hai má Dương Quý Phi hồng!
Tóc Dương Quý Phi bồng bồng trong gió...

Ai ơi, qua đồng cỏ... hương mùa Xuân của tôi!

*

Cầm bút tôi khuấy chơi... cũng thành thơ buổi sáng!
Hôm nay trời lại nắng... tôi nhớ Canada...

Tên nước như trái cà Tomato màu đỏ...
Áo của ai màu đỏ, xấp lụa đỏ hôm kia...

Tôi lại nhớ Nguyễn Thu Minh, thơ nói về áo đỏ!
"Áo đỏ chớ về trong buổi trưa, chiều nay nắng xuống lạnh giao mùa!".

Thơ là lời... bâng quơ chắc không cần phê phán?
Em ơi chừ buổi sáng / anh nhớ em bàn tay!

Lời Bạt

Thời Gian Đi Qua Mười Ngón Tay

Năm 2025 sắp sửa hết để chuyển qua Năm 2026.

Thời gian không sắc, không hình, nó đi qua để lại cái bóng!

Cái bóng Thời Gian tôi bắt được và thấy, nó là Tập Thơ Mới của tôi, nhan đề THỜI GIAN ĐI QUA MƯỜI NGÓN TAY.

"Thời Gian" một danh từ, ai cũng hiểu mà không giải nghĩa rốt ráo được, ngay cả Từ Điển cũng giải nghĩa chung chung, như là đại khái. Xin coi như là Ngày, Tháng, Giờ, Phút, Giây... còn Đi Qua Mười Ngón Tay... thì "Biết-Chết-Liền"! Ai biểu phải không ạ?

Tập thơ này bao nhiêu trang, tôi dành trọn quyền cho Nhà Xuất Bản và Nhà In. Về mặt kỹ thuật ấn loát là chuyện chuyên môn. Tôi chỉ biết vọc chữ. Tôi trân trọng tấm lòng và công sức của Nguyễn Thiên Nga và Minh Quân. Tôi đặt hết niềm tin vào độc giả luôn luôn có Lượng Biển Uy Đèn. Khiếm khuyết gì đều thuộc về tôi, tôi chịu, tôi xin- nhận-hết-lỗi-lầm về mặt ngôn từ – ý tưởng – vô ý – vô tứ. Tôi cảm ơn anh Luân Hoán, anh Lê Hân về việc xuất bản thơ tôi.

*

Tôi thật tình không diễn giải gì thêm về sự hình thành tác phẩm của tôi. Nó có mặt từ sự có lòng, không riêng của một người sống chết với nhau trong xã hội. Ông Nguyễn Du từng nhỏ nhẹ: *"Lời quê chép nhặt dông dài, mua vui cũng được một vài trống canh"* khi ông kết thúc truyện Đoạn Trường Tân Thanh. Còn ông Nguyễn Đình Chiểu thì *"Lời quê dù vụng hay hèn, cúi xin lượng biển uy đèn thứ cho"* khi ông kết thúc truyện Lục Vân Tiên. Tuy nhiên tôi cũng xin nhắc đến Tố Hữu khi anh ấy kết thúc thiên trường thi Nước Non Ngàn Dặm: *"Đường đi hay giấc mơ dài, Nước Non Ngàn Dặm nên bài Thơ Quê"*. Tôi nhắc thế thôi chớ đối với tôi "một giọt nước mắm Phan Thiết dính vào vạt áo", Ba tôi từng nói: "Cái Mùi Nước Mắm Đi Đâu Cũng Còn...". Tôi hiểu rất nông cạn: "Quê Hương là cái Mùi của Nhà Quê, gọi khác là Quê Hương". Nước Non... để diễn tả không ai dám nghĩ mình làm một chuyện vô ích!

Hạnh phúc rất đơn sơ: Khi mình nhìn thấy bươm bướm bay trong vườn hoa do mình trồng...

Trần Vấn Lệ

Mục Lục

Thay Lời Tựa	*5*
Đầu Tháng Ba Đường Hoa Nào Cũng Nở	*11*
"Một Năm, Hai Năm,... Rồi Có Thấy Thời Gian Đi Qua Mười Ngón Tay"	*12*
... Và Em À Anh Biết Em Nhớ Anh Mưa Bay	*14*
Anh Xuống Ngựa Cúi Chào Em Bình Minh Mùa Hạ	*16*
Bài Thơ Năm Đoạn	*17*
Bài Thơ Rơi Xuống Đất	*18*
Ngàn Năm Xưa Ngàn Năm Sau	*20*
La Jacaranda	*22*
Good Morning How Are You	*24*
Buổi Sáng Trời Mưa Không Có Nước	*26*
Happy Easter	*27*
Em Chúa Trời Nha Anh Ước Mơ	*28*
Bụi Mù Sương Bay Bay	*30*
Hello Mùa Xuân	*31*
Thanh Minh Trong Tiết Tháng Ba Lễ Là Tảo Mộ Hội Là Đạp Thanh	*32*
Em Cười Rồi Mô Phật Nam Mô A Di Đà	*34*
Sáng Nắng Thơm Như Mật Em Bình Minh Dễ Thương	*36*
Một Ngày Trong Hai Cõi	*38*
Trưa Lăm Sao Trời Chưa Hết Sương	*39*
Lục Bát Đan Thanh	*40*
Sông Núi Người Ta Khen Bởi Đẹp Quê Mình Sông Núi... Nhớ Thêm Xa	*43*
Em Tình Yêu Bát Ngát Nắng Mùa Xuân	*44*
Em Than Ở Chỗ Em Mưa Gió Trời Ủ Ê Buồn Em Muốn Đau	*46*
Tiếng Vọng Từ Trái Tim	*48*
Em Ơi Màu Kỷ Niệm Áo Trắng Sân Trường Xưa	*50*
Khi Bạn Nâng Niu Tờ Lịch Mới Chúng Ta Nghĩ Đến Nắng Ban Chiều	*52*
Bài Thơ Buồn Làm Trong Ngày Chúa Nhật	*54*
Thời Tiết Không Bình Thường	*56*
Mưa Khô	*58*
Em Ơi Con Sông Nở Hoa Mây Bay Vào Trang Tình Sử	*59*
Waterford Tên Một Thành Phố Mỹ	*60*

Em Là Non Nước Việt Lồng Lộng Trời Phương Nam 62
Mỗi Định Nghĩa Là Một Giọt Mưa 64
Ngày Cuối Cùng Của Tháng Năm 65
... Mà Nhớ Tôi Theo Như Bén Gót Mà Thương Ai Khiến Miệng Em Cười 66
Tóc Người Thương Như Ngọc Tơ Trời Mươn Mướt Trăng 67
Em Có Thương Bài Thơ Anh Ngồ Ngộ 68
Thơ Của Anh Thương Nhé Má Hồng 70
Thơ Anh Chỉ Mấy Hàng Để Cho Em Yêu Dấu 71
Chúc Sớm Kẻo Quên Rồi Lại Tiếc 72
Bao Giờ Giải Nghĩa Được Thơ Là Gì Hỡi Thơ 74
Tháng Sáu Năm Nay Mưa 76
Truyện Tình - Love Story 78
Đôi Dòng Như Tâm Sự 80
Một Giây Phút Ứa Nụ Hôn Chào 83
Mây Vẽ Đường Trên Trời 84
Hiểu Ra Thì Hết Một Đời 86
Có Con Nai Trưa Buồn Buồn Nằm Nhai Nắng 88
Đời Đổi Thay Như Mây Với Ảnh Hình Thương Nhớ 90
Coi Như Xe Qua Đèo Rù Rì 92
Mây Ơi Gió Thổi Bay Về Bắc Chầm Chậm Cho Tôi Nhắn Mấy Nhời 94
Rừng Thông Đà Lạt Bây Giờ 96
Em Gửi Cho Anh Một Bức Hình 97
Ly Thủy Tinh Chưa Vỡ Thì Nắng Là Pha Lê 98
Đà Lạt À Đà Lạt Áng Mây Mờ Đêm Trăng 100
Sau Ngày Lễ Quốc Khánh Mỹ 102
Gõ Thơ Chơi Trên Máy Tính 104
Coi Như Buồn Tha Thướt Tiễn Người Về Thiên Thu 106
Cái Gì Đọng Lòng Người Thường Từ Bàn Tay Nắm 108
Em Ơi Cầm Lược Chải Suối Tóc Của Em Đi 110
Có Mấy Hàng Chữ Nghiêng 112
Anh Hứng Thơ Nước Mắt Hứng Tóc Huyền Của Em 114
Chim Cardinal Bay Chuông Nhà Thờ Để Lại 116
Cho Tôi Cầm Nỗi Nhớ 118
Bầy Quạ Còn Bây Giờ 120

Hãy Hồn Nhiên Như Cỏ Như Hoa *123*
Những Con Chim Lung Linh Bay Như Mây Long Lanh Tan *124*
Đời C' Est La Vie *126*
Mây Buổi Mai Nhè Nhẹ Vờn Vờn Qua Cửa Sổ *128*
Mưa Không Hề Có Thật Mùa Hè Ở Cali *130*
Bon Matin Hôm Nay *132*
Ngọn Cỏ Gió Đùa *134*
Mơ Theo Trăng Và Vơ Vẩn Cùng Mây *136*
Em À Tờ Giấy Có Ai Phơi *138*
Chào Tháng Tám *140*
Cali Một Phía Biển Nó Hướng Về Việt Nam *141*
Tôi Cứ Làm Thơ Không Phải Thơ *142*
Mỗi Ngày Là Một Ngày Qua *143*
Anh Lén Mạ Bồng Giấu Em Tình Yêu Muôn Năm *144*
Chờ Mùa Thu Nhặt Lá Kết Thành Áo Mơ Bay *146*
Xếp Đặt Lại Đất Nước Ai Xa Đành Cứ Xa *147*
Cuối Trời Thiên Nga Mây Trắng *148*
Nghĩ Đã Thu Về Em Nhé *150*
Tưởng Tượng Một Pho Tượng *152*
Nụ Hôn Cài Trên Nhánh Lá *154*
Làm Thơ Chơi Cho Quên Ngày Rất Nóng *156*
Tuần Này Tin Thời Tiết *157*
Nhớ Hồ Dzếnh Khi Nhìn Gió Thổi Mây Bay *158*
Lấy Napkin Lau Mắt Đời Như Mưa Bóng Mây *160*
Tôi Nói Thầm Với Gió Gió Ơi Hiu Hiu Buồn *163*
Biết Đêm Nào Trăng Xế Lạnh Đôi Làn Gió Thu *164*
Không Ai Nói Một Lần Tiếng Lòng Mình Em Nhỉ *166*
Mỗi Lá Thu Vàng Một Ngón Tay *167*
Em Ơi Nắng Rưng Rưng Em Là Rừng Thác Đổ *168*
Mắt Em Nhé Óng Ánh Muôn Năm Đời Thanh Bình *170*
Boong Boong Boong Mỗi Bình Minh Chúng Ta *172*
Trong Khi Chờ Mùa Thu Tới *174*
Chuyển Thu *176*
Mấy Ngày Đầu Mùa Thu *177*

Biết Đời Là Giấc Chiêm Bao Mà Sao Tình Là Tha Thiết *178*
Bài Thơ Nhật Ký *180*
Hello Mùa Thu Mới *182*
Chuyện Hồi Khuya Dễ Thương *183*
Ước Có Ngày Mai Áo Bay Bờ Giậu *184*
Người Ơi Hai Câu Chót Tựa Đề Bài Thơ Này *186*
Chao Ôi Buồn Cũng Tội Biết Bao Chiều Tha Hương *188*
Ngày Lại Ngày *190*
Thời Gian Bay Trên Phương Bắc *191*
Trà Đạo *192*
Đất Lành Chim Đậu *193*
Nụ Hôn Nào Thơm Cũng Tân Niên *194*
Vậy Mà Cũng Dài Mút Chỉ *195*
Tôi Nhớ Ai Tâm Tưởng Hải Hà *196*
Trước Tối Là Hoàng Hôn *198*
Ai Cấm Ai Trở Về Mười Năm *199*
Chép Chơi Một Bài Thơ *200*
Người Đó Ta Đây Quán Trưa Lồng Lộng Gió *203*
Hãy Ngó Càng Lâu Nói Rất Êm Hãy Dùng Những Tiếng Thật Êm Đềm *204*
Anh Nhớ Em Hoài Mắt Có Đuôi *206*
Ghép Được Chữ Thì Có Một Bài Thơ *208*
Coi Như Chàng Về Đại Lược Thiếp Ngược Kim Long
Đến Đây Chỗ Rẽ Của Lòng *210*
Nhớ Lắm Bầy Hải Âu Mến Thương *212*
Người Lớn Thèm Nắng Như Con Nít Thèm Cà Rem *214*
Dễ Thương Là Thơ *215*
Những Nụ Hoa Hồng Vàng Vì Em E Ấp Nở *216*
Ngày Thu Giữa Tháng Mười *218*
Sáng Hôm Nay Tôi Có Hai Mặt Trời *220*
Một Bài Thơ Trong Cơn Mưa Tình Cờ *221*
Mùa Thu Lá Bay *222*
Mùa Thu Cali Bước Nhẹ *224*
Hello Sáng Thứ Bảy *226*
Duyên Giăng Giăng Mưa *227*

Nam Mô A Di Phật Tiếng Chuông Chiều Boong Boong *228*
Điêu Khắc Gia Và Người Thi Sĩ *230*
Bắt Đầu Nắng Đà Lạt Núi Đồi Vàng Hoa Quỳ *232*
Quán Cà Phê Bên Đường Mở Cửa Đón Mùa Đông *233*
Thơ Chỉ Là Gợn Sóng Trên Dòng Sông Nhấp Nhô *234*
Tôi Trải Giấy Ra Tôi Chép Lại
Những Câu Thơ Làm Thuở Tóc Xanh Xưa *236*
Hồi Âm Một Cánh Thư Oversea *237*
Kéo Lại Một Giờ Ngủ Nhiều Thêm Một Đêm *238*
Thơ Tôi Thầm Thì Trong Giấc Chiêm Bao *240*
Chim Xa Rừng Anh Không Xa Em *243*
Một Ngày Mùa Đông Không Mùa Đông *244*
Xếp Đặt Chơi Đôi Hàng Sáu Tám *245*
Có Mây Màu Tím Mây Màu Đỏ Có Chút Buồn Vui Tê Tỉ Thôi *246*
Ngày Lại Qua Thôi *248*
Happy Thanksgiving Day *250*
Mùa Đông Là Hạt Dẻ Mình Rang Cho Nồng Nàn *252*
Đang Mùa Đông, Chờ Mùa Xuân *254*
Ai Ơi Qua Đồng Cỏ Hương Mùa Xuân Của Tôi *256*
Lời Bạt Thời Gian Đi Qua Mười Ngón Tay *259*

Liên lạc Tác giả
Trần Vấn Lệ
letran4820@hotmail.com

Liên lạc Nhà xuất bản
Nhân Ảnh
han.le3359@gmail.com
(408) 722-5626

www.ingramcontent.com/pod-product-compliance
Lightning Source LLC
LaVergne TN
LVHW050646051026
849532LV00002B/545